മിൻ ഉലകം

min ulakam
novels
•
neelapadmanabhan
•
first edition
august 1980
•
second edition
april 2008
•
third edition
august 2010
•
typesetting & published
chintha publishers, thiruvananthapuram
•
printed
geethanjali offset prints, kozhikode
•
cover
ambeesh kumar

വിതരണം

ദേശാഭിമാനി ബുക്ക് ഹൗസ്

H O തിരുവനന്തപുരം–695 001

ബ്രാഞ്ചുകൾ

ഓവർബ്രിഡ്ജ് തിരുവനന്തപുരം • കെ എസ് ആർ ടി സി ബസ് സ്റ്റേഷൻ ആലപ്പുഴ • കെ എസ് ആർ ടി സി ബസ് സ്റ്റേഷൻ എറണാകുളം • കലൂർ കൊച്ചി • ഐ ജി റോഡ് കോഴിക്കോട് • മാവൂർ റോഡ് കോഴിക്കോട് • എൻ ജി ഒ യൂണിയൻ ബിൽഡിങ് കണ്ണൂർ • സെൻട്രൽ ബസ് ടെർമിനൽ കോംപ്ലക്സ് താവക്കര കണ്ണൂർ • മച്ചിങ്ങൽ ലെയ്ൻ തൃശൂർ.

CR - 1003 / 2508

മിൻ ഉലകം

നോവലുകൾ

നീലപത്മനാഭൻ

പരിഭാഷ

എൽ കെ പോറ്റി

ചിന്ത പബ്ലിഷേഴ്സ്
തിരുവനന്തപുരം-695 001
വില : 65.00 രൂപ

നീലപത്മനാഭൻ

കന്യാകുമാരി ജില്ലയിൽ 1938 ഏപ്രിൽ 26 ന് ജനനം. കേരള യൂണിവേഴ്സിറ്റിയിൽനിന്ന് ഫിസിക്സിലും ഇലക്ട്രിക്കൽ എഞ്ചിനീയറിങ്ങിലും ബിരുദം. 1963 ൽ കേരള ഇലക്ട്രിസിറ്റി ബോർഡിൽ ജൂനിയർ എഞ്ചിനീയറായി ജോലിയിൽ പ്രവേശിച്ചു. 1993 ൽ ഡപ്യൂട്ടി ചീഫ് എഞ്ചിനീയറായി വിരമിച്ചു.

തമിഴ്-മലയാള ഭാഷാ സാഹിത്യങ്ങളിൽ ഒരുപോലെ പ്രശസ്തി നേടിയ നീലപത്മനാഭൻ *തലമുറകൾ* എന്ന തമിഴ് നോവൽ എഴുതി മുപ്പതാമത്തെ വയസിൽത്തന്നെ ശ്രദ്ധിക്കപ്പെട്ട എഴുത്തുകാരനായി. ഇരുപതിലധികം നോവലുകളും ഇരുപതോളം ചെറുകഥാ സമാഹാരങ്ങളും നാല് കവിതാ സമാഹാരങ്ങളും തമിഴിൽ എഴുതിയിട്ടുണ്ട്. മലയാളത്തിൽ ഒരു നോവലും നാലു കഥാസമാഹാരങ്ങളും ഒരു കവിതാ സമാഹാരവും പ്രസിദ്ധീകരിച്ചിട്ടുണ്ട്. ഒട്ടേറെ മലയാള കൃതികൾ തമിഴിലേക്കും തമിഴിൽനിന്ന് മലയാളത്തിലേക്കും വിവർത്തനം ചെയ്തിട്ടുണ്ട്.

തലമുറകൾ, പള്ളികൊണ്ടപുരം, ഫയലുകൾ, ഉറവുകൾ, നേതൃവന്തവൻ, ഉദയതാരകൈ, വെള്ളം തുടങ്ങിയവ പ്രധാന കൃതികളിൽ ചിലത്.

2003 ലും 2007 ലും കേന്ദ്രസാഹിത്യഅക്കാദമിയുടെ അവാർഡ് ലഭിച്ചിട്ടുണ്ട്. തമിഴ് സാഹിത്യ അക്കാദമി പ്രസിദ്ധീകരിക്കുന്ന *മോഡേൺ ഇന്ത്യൻ ലിറ്ററേച്ചറി*ന്റെ എഡിറ്ററായും കേന്ദ്രസാഹിത്യ അക്കാദമി എക്സിക്യൂട്ടീവ് അംഗമായും കേരളാ യൂണിവേഴ്സിറ്റി അക്കാദമിക് ബോർഡ് അംഗമായും പ്രവർത്തിച്ചിട്ടുണ്ട്.

വിലാസം : 'നീലകാന്ത്'
റ്റി സി 39 / 1870,
കുര്യാത്തി ബൈപ്പാസ് റോഡ്,
മണക്കാട് പി ഒ,
തിരുവനന്തപുരം-695 009

ഒന്ന്

ഉറക്കം ശരിയായി വിട്ടുപിരിയാത്ത കണ്ണുകൾ അൽപ്പവും ഇഷ്ടമില്ലാതെ തുറന്നപ്പോൾ എതിരെയുള്ള ജനലിനുവെളിയിൽ ആകാശം 'പളപളെ'ന്ന് വെളുത്തുകൊണ്ടിരിക്കുന്നതായികാണുന്നു.

താഴെ, റോഡിൽ വാഹനഗതാഗതം ശരിക്കും ആരംഭിച്ചതിന്റെ ആരവം കേൾക്കുന്നു.

കട്ടിലിലെ മെത്തയിൽ പതിഞ്ഞുകിടന്നുകൊണ്ടുതന്നെ വശത്തേക്കു തിരിഞ്ഞുനോക്കിയപ്പോൾ തറയിൽവിരിച്ചിരുന്ന പായ്കളിൽ കുട്ടികൾ അലങ്കോലമായി കിടന്നുറങ്ങുന്നതുകണ്ടു. ആറുവയസ്സുള്ള ഗീതയുടെ നെഞ്ചിൽ നാലുവയസ്സുകാരി രമയുടെ കാലുകൾ കിടന്നിരുന്നു. അൽപ്പം നീങ്ങി, നനഞ്ഞിരുന്ന വിരിപ്പിൽ മുതിർന്നവനെപ്പോലെ കിടന്നുറങ്ങുകയാണ് ഒന്നരവയസ്സുകാരൻ കണ്ണൻ. മാലതിയെ കാണുന്നില്ല. എണീറ്റു താഴേക്കുപോയിട്ടുണ്ടാവും.

കിടക്കറവിളക്ക് അണയ്ക്കപ്പെട്ടിരുന്നതിനാൽ മുറിയിൽ അൽപ്പം ഇരുട്ട് ഉണ്ടായിരുന്നു.

ഉറക്കച്ചടവ് പൂർണമായി വിട്ടുമാറിയിട്ടില്ല. പോരാത്തതിനു പുലർച്ചയിലെ തണുപ്പും! എണീക്കാൻ ഒട്ടും മനസ്സില്ലാതെ അയാൾ ഉരുണ്ടുപിരണ്ടുകൊണ്ടിരുന്നു.

ഇതിനിടയിൽ പതുക്കെ രമ എണീറ്റു. ചുറ്റുമൊക്കെയൊന്നുനോക്കിയിട്ട് അവൾ കരഞ്ഞു. പിന്നീട് "അപ്പാ..." എന്നു കിണുങ്ങിക്കൊണ്ടു കയറിവന്ന് കെട്ടിപ്പിടിച്ചുകിടന്നു. ആ ശൈത്യത്തിൽ കുഞ്ഞിന്റെ ഇളംചൂട് അയാൾക്കും വളരെ ഇഷ്ടമായി.

ഇപ്പോൾ ഗീതയും കണ്ണുതുറന്നു. അവൾ പതുക്കെ എണീറ്റ് ജനലിനരുകിൽ ചെന്നിരുന്ന്, പുലരിയിലെ ഇളംകാറ്റിൽ പതുക്കെ ആടിക്കൊ

ണ്ടിരുന്ന ജനൽമറ നീക്കി താഴെയുള്ള റോഡിലെ കൗതുകക്കാഴ്ചകൾ നോക്കിക്കൊണ്ടിരുന്നു.

"ഊം...നേരം വെളുത്തുകഴിഞ്ഞു, എല്ലാവരും പല്ലുതേച്ചിട്ടു പഠിക്കിൻ..." രാവിലെ ആദ്യം സംസാരിക്കുമ്പോൾ ഉണ്ടായ തൊണ്ടയിടർച്ചയോടെ അയാൾ ആജ്ഞാപിച്ചു.

ആ ആജ്ഞ അവഗണിക്കാവുന്ന ഒരു പതിവുസംഗതിയാണെന്നഭാവത്തിൽ ഗീത ഉദാസീനതയോടെ "പുസ്സികാറ്റ്...പുസ്സികാറ്റ്..."എന്ന് കോൺവെന്റിൽ കേട്ടുപഠിച്ച ഒരു ആംഗലഗാനം പതിയെ ചൊല്ലുകയും തന്നത്താനെ എന്തൊക്കെയോ പുലമ്പുകയും ചെയ്തുകൊണ്ടിരുന്നു.

"എടീ...നിന്നോടല്ലേ പറയണത്...? ഉം...പല്ലുതേയ്ക്കണോ, അതോ കമ്പെടുക്കണമോ...?"അയാൾ കുറെക്കൂടി ശബ്ദമുയർത്തി.

ആ പറയുന്നതു കേട്ടതായിപ്പോലും ഭാവിക്കാതെ അവൾ തന്റെ പാട്ടിനു പതുക്കെ ഇറങ്ങി അടച്ചിരുന്ന കുളിമുറിവാതിലിനുനേർക്കു നടന്നുതുടങ്ങി.

അയാളെപ്പോലെതന്നെ അവളും മെല്ലിച്ചിട്ടായിരുന്നു. കൈകാലുകളിൽ വെറും എല്ലല്ലാതെ മറ്റൊന്നുമില്ല. എന്നിട്ടും ആ മച്ചകത്തിലെ പഴയകാലത്തെ തട്ടുപലകകളിൽ അവൾ നടന്നപ്പോൾ അതുകുലുങ്ങി. ആ കുലുക്കത്തിൽ കണ്ണൻ അല്പമൊന്നു ഉരുണ്ടുകിടന്നു. അടച്ചിരുന്ന കുളിമുറിവാതിൽ ഗീത ശബ്ദത്തോടെ തുറക്കാൻ മുതിർന്നപ്പോൾ "എടീ കൊച്ചേ...പയ്യെ...പയ്യെ തമ്പി എണീച്ചുകളയും..."എണീറ്റയുടനെ അമ്മയെ അടുത്തു കാണാഞ്ഞിട്ട് ഒരുപക്ഷെ അവൻ 'വിലാപസംഗീതം' തുടങ്ങിക്കളയുമോ എന്ന ഭയത്താൽ അയാൾ മുന്നറിയിപ്പുനൽകി.

കതകുതുറന്ന് ഗീത കുളിമുറിക്കുള്ളിൽ കയറി.

കുറച്ചുകഴിഞ്ഞ് അവൾ അവിടെ നിന്നുകൊണ്ടുതന്നെ "ഇവിടെ പേസ്റ്റും എടുത്തുവച്ചിട്ടില്ല, ഒരു മണ്ണാങ്കട്ടയും ഇല്ല..." എന്നു ഒച്ചയെടുക്കുന്നതുകേട്ടു.

അതുകേട്ടപ്പോൾ ആ പുലർച്ചയിലെ തണുപ്പിലും അയാൾക്കു വിറുവിറെന്ന് ചൂടുകയറാൻതുടങ്ങി. രാവിലെ എണീറ്റു താഴെപ്പോവുന്നതിനുമുമ്പ് കുട്ടികൾക്കു പല്ലുതേയ്ക്കുന്നതിനു ബ്രഷിൽ പേസ്റ്റ് എടുത്തുവയ്ക്കണമെന്ന് എത്ര പറഞ്ഞാലും മാലതി കേൾക്കുകയില്ല...!

ദേഷ്യം അടക്കിക്കൊണ്ട്, അഴിഞ്ഞുപോയിരുന്ന മുണ്ടുടുത്ത് അയാൾ എണീറ്റു. ജനലിനരുകിൽചെന്ന് അകലെ തലയാട്ടിനിൽക്കുന്ന തെങ്ങിൻതലപ്പുകളെ നോക്കി. അന്നുണ്ടാകേണ്ട നന്മകൾക്കുവേണ്ടി, അവയുടെ ഹരിതാഭയെ അയാൾ കണികണ്ടു...!

നോട്ടം താഴോട്ടുവന്നപ്പോൾ, എതിർവശത്തെ ടൈപ്പ്റൈറ്റിംഗ് ഇൻസ്റ്റിറ്റ്യൂട്ടിന്റെ ബോർഡുകണ്ടു. അതിനകത്തു ചലിച്ചുകൊണ്ടിരുന്ന സാരികൾ, ധാവണികൾ, കുപ്പായങ്ങളുടെ നിറങ്ങൾ...ടപ് ടപ് ശബ്ദം... അതോടൊപ്പം ഷോർട്ടുഹാൻഡുപഠിപ്പിക്കുന്ന സ്വാമിയുടെ ഉച്ചാരണശുദ്ധിയുള്ള ഇംഗ്ലീഷ് ഡിക്റ്റേഷൻ വരികൾ.

വിഹഗവീക്ഷണത്തിൽ നീണ്ട ടാർറോഡ് പതിയുന്നു.

അകലെനിന്നു രണ്ടുമൂന്നു വെള്ളസാരികൾ ആടിയുലഞ്ഞുവരുന്നുണ്ട്. പുത്തൻകാട് ആശുപത്രിയിലെ രാവിലത്തെ ഡ്യൂട്ടിക്കുപോവുന്ന നഴ്സുമാരാണ് ആ വെൺമനിറഞ്ഞ രൂപങ്ങൾ. അടുത്തുവന്നുകണ്ടിട്ടു മാറാം എന്നു കരുതി അയാൾ നിന്നു.

എതിരെയുള്ള അഗ്രഹാരത്തലയ്ക്കലെ ഭഗവതീക്ഷേത്രത്തിലേക്ക് മുങ്ങിക്കുളിച്ചിട്ടു സ്ത്രീകൾ പോവുന്നതും കാണപ്പെടുന്നു.

വിറകുകട അണ്ണാച്ചിയുടെ പീടികച്ചുമരിൽ പതിപ്പിച്ചിട്ടുള്ള വലിയ സിനിമാപരസ്യങ്ങളിൽ എന്നുമെന്നും കണ്ടുമുഷിഞ്ഞ പഴയമുഖങ്ങൾ മാത്രം...! പുതിയ സിനിമ ഒന്നും ഇല്ലെന്നുതോന്നുന്നു.

ജനലിനരികിൽനിന്നും പതുക്കെമാറി കണ്ണാടിയിൽ മുഖം നോക്കി തലമുടിയും മീശയും ഒതുക്കിയിട്ട് കുളിമുറിയിൽ കയറി. മൂന്നു ചെറിയ ബ്രഷുമെടുത്ത് പൈപ്പിൽ കഴുകി അവയിൽ പേസ്റ്റുവച്ചിട്ട് ടങ്ക്ളീനർ എടുത്തുകൊണ്ടിരിക്കേ, താഴെ, മാലതി ഓക്കാനിക്കുന്ന ശബ്ദംകേട്ടു.

ഇരച്ചുകൊണ്ടു സ്റ്റേഷനിൽവന്നെത്തി ദീർഘശ്വാസം വിട്ടുകൊണ്ടിരുന്ന തീവണ്ടിയെ കുളിമുറിയിലെ ജനലിലൂടെ വെറുതെ നോക്കിക്കൊണ്ട് എന്തൊക്കെയോ പറഞ്ഞുകൊണ്ടിരുന്ന ഗീതയെനോക്കി "നീ എന്തോന്നു നോക്കിക്കൊണ്ടു നിൽക്കണവിടെ? വാ, വന്നു പല്ലുതേക്ക്" എന്ന് അയാൾ വഴക്കുപറഞ്ഞു.

വീണ്ടും അയാൾ കട്ടിലിനരികിൽ വന്നു. രമ പുതപ്പു വായ്ക്കകത്തു തിരുകിക്കൊണ്ടു സുഖമായി ഉറങ്ങുന്നു. അതൊരു ശീലമാണവൾക്ക്. ആ തുണി വെളിയിലേക്കു വലിച്ചെടുത്തിട്ട്, "മോളേ, രമേ...എണീക്ക്... ഇന്നിനി ഉറങ്ങിയതുമതി...പോ...പോയി പല്ലുതേക്ക്..."എന്നുപറഞ്ഞ് അവളെ തട്ടിയെണീപ്പിച്ചു.

അവൾ കണ്ണുതുറന്നു. ചന്തംകാട്ടിക്കൊണ്ടു ചിരിച്ചു.

"ഗീത എവിടെ?"

"ഊം...ഗീതയോ?"

"അല്ല, അല്ല, അക്കൻ എവിടെ?"

"അക്കൻ പല്ലുതേയ്ക്കണു...നീയും പോയി പല്ലുതേച്ചിട്ടുവന്ന് പഠിക്ക്."

അവൾ എണീറ്റ് കട്ടിലിൽനിന്നുകൊണ്ട് താഴേക്കു കുതിച്ചു. പലകകൊണ്ടുള്ള തറ കുലുങ്ങി.

കണ്ണൻ മിഴികൾ തുറന്നു.

എണീറ്റയുടനെ ആദ്യപടിയായി വായിലിരുന്ന റബ്ബർ നിപ്പിൾ കൈയിലെടുത്തു. തിടുക്കത്തിൽ എണീറ്റുനിന്ന് താഴെക്കിടന്ന പുതപ്പിനെ നനച്ചിട്ട് "അപ്പാ...അപ്പാ...എന്നുപറഞ്ഞ് അയാളുടെ അരികിലേക്കു ഓടിവന്നു. പിഞ്ചിളംകാലുകൾ ഊന്നി അവൻ ഓടിവരുന്നത് കണ്ടാൽ ഇപ്പോ വീണുപോകുമെന്നുതോന്നും. അവനെയെടുത്തു കട്ടിലിൽകിടത്തി അടുത്തു താനും കിടന്നു.

"പ്പാ..."

"ക്കാ..."

"മ്മാ..."

മനസ്സിലാകാത്ത കൊഞ്ചലിലൂടെ എന്തൊക്കെയൊ വളരെ സീരിയസ്സായി സംസാരിച്ചുകൊണ്ടിരുന്ന കണ്ണന്റെ മുഖത്തോടു തന്റെ മുഖം ചേർത്തുകൊണ്ട് കിടന്നു. കുഞ്ഞിന്റെ നേരിയ, സുമധുരമായ ശ്വാസതന്തു അയാളുടെ മുഖത്തെ തലോടിക്കൊണ്ടിരുന്നു.

കുളിമുറിയിൽ രമയും ഗീതയും പല്ലുതേയ്ക്കുന്ന ബഹളം. പൈപ്പിൽനിന്നു ശരേന്നു വെള്ളമൊഴുകുന്ന ശബ്ദം...രണ്ടുപേരും തൊള്ളതുറന്നു വഴക്കടിക്കുന്ന ഒച്ച...!

അവർ രണ്ടുപേരും ബാത്ത്റൂമിൽ വഴക്കടിക്കുന്നത് ഇപ്പോഴാണ് കണ്ണൻ ഗൗനിച്ചത്. "അക്കാ...അക്കാ" എന്നുവിളിച്ചുകൊണ്ട് വളരെ തിടുക്കത്തിൽ അയാളുടെ അടുക്കൽനിന്നകന്ന് കട്ടിലിൽനിന്നിറങ്ങി കുളിമുറിനോക്കി ഓടി.

"ഡേയ്...ഡേയ്...വീഴാതെ...വീഴാതെ..."അയാൾ വിളിച്ചുപറയുന്നതിനിടയിൽ കണ്ണൻ നേരെഓടി ബാത്ത്റൂമിന്റെ നടയിൽചെന്നിരുന്ന് കാൽ പതുക്കെ ഉള്ളിലോട്ടുവെച്ച് ഇറങ്ങിച്ചെന്നു.

തന്റെ ചെറിയ ബ്രഷ് എടുത്ത് അതിലിരുന്ന പേസ്റ്റുമുഴുവനും അവൻ രുചിച്ചുനോക്കി തിന്നു. വീണ്ടും കട്ടിലിനരികിൽവന്ന് തന്റെ ഭാഷയിൽ എന്തോ താൽപര്യത്തോടെ പറഞ്ഞുകൊണ്ട് ബ്രഷ് അയാളുടെ കൈയിൽ കൊടുത്തു. 'ഇതിലിരുന്ന പേസ്റ്റ് മുഴുവനും തീർന്നു. എനിക്കുതിന്നാൻ ഇനിയും താ...' ഇതാണ് അവന്റെ വാക്കുകളുടെ അർത്ഥമെന്ന് അയാൾക്കു മനസ്സിലായി.

എണീറ്റ് ബാത്ത്റൂമിൽ ചെന്ന് ബ്രഷിൽ അൽപ്പം കൂടെ പേസ്റ്റ് എടുത്ത് കണ്ണന്റെ കൈയിൽകൊടുത്തു.

"അപ്പാ...അക്കൻ എന്റെ ഉടുപ്പുമുഴുവനും നനച്ചുകളഞ്ഞു..." രമയുടെ പരാതി.

"ഞാന്നനച്ചില്ലാ...ഞാൻ വാ കഴുകുമ്പോ അവള് പൈപ്പിന്റടുത്തു വന്നു..."ഇത് ഗീതയുടെ സത്യവാങ്മൂലം.

ഒരുവിധത്തിൽ പല്ലുതേച്ചിട്ട് ഗീത കിടക്കറയിലേക്കുപോയി. രമ പല്ല് ഇളിച്ചുകാട്ടി, "അപ്പാ നല്ലോണ്ണം പല്ലുവെളുത്തോ?" എന്നു ചോദിച്ചു. രണ്ടുമുൻപല്ലുകളുടെ ഇടയിലൂടെ അവളുടെ നാവിൻതുമ്പ് ചുവന്നുകാണപ്പെട്ടു.

"ഉം...വെളുത്തു...വാ കൊപ്പുളിക്ക്..."

അവൾ പൈപ്പുതുറന്നപ്പോൾ വെള്ളം ഇല്ല. 'ശര്'എന്ന് കുഴലിലൂടെ ഒരു ശ്വാസംമാത്രം...! വെള്ളംകിട്ടാൻവേണ്ട മറുമരുന്ന് അറിയാമായിരുന്ന അവൾ ജനലിനരികിൽപോയി താഴെ വീട്ടിന്റെ പിൻവശത്തേക്കുനോക്കി ഒച്ചവച്ചു:

"അമ്മാ...പൈപ്പ് തൊറക്ക്..."

ചുവട്ടിലെ പൈപ്പിൽനിന്നും രാവിലെ വെള്ളമെടുക്കുന്ന അവസരത്തിൽ മുകളിലത്തെ പൈപ്പിൽ വെള്ളംകിട്ടുകയില്ല. അതുകൊണ്ടാണ് അവൾ അങ്ങനെ 'പൈപ്പുതൊറക്ക്' എന്നു വിളിച്ചുപറഞ്ഞത്.

പൈപ്പിൽ വെള്ളംകിട്ടാൻതുടങ്ങി. ഉടുപ്പൊക്കെ ഒന്നുകൂടെ നനയത്തക്കവിധം ബ്രഷും ടങ്ക്ലീനറും കഴുകി അയാളുടെ കൈയിൽകൊടുത്തിട്ട് മുഖംകഴുകാൻതുടങ്ങി. അയാൾ അത് വാങ്ങിവച്ചിട്ട് കിടക്കമുറിയിലേക്ക് തിരിച്ചെത്തിയപ്പോൾ മാലതി രണ്ടുകൈകളുംനിറയെ പാത്രങ്ങളും തമ്പ്ളറുകളും കൈക്കിടയിൽ അന്നത്തെ പത്രവുമായി കോണിപ്പടികൾ കയറി കിതച്ചുകൊണ്ട് അവിടെ വന്നു.

അവളുടെ മുഖം ചുവന്നുപോയിരുന്നു. നാലുമാസത്തെവളർച്ചയെത്തിയ അവളുടെ ഉദരം അയാളുടെ കണ്ണുകളെ നൊമ്പരപ്പെടുത്തി.

"ഛർദിച്ചോ?" എന്ന അയാളുടെ ചോദ്യത്തിന് 'അതെ' എന്ന് അവൾ മറുപടി പറഞ്ഞു.

"ഡോക്ടറുടെ അടുത്തുപോയിട്ട് ഒരുമാസം ആയി. ഇന്നുപോകാമോ?"

"ഉം...പോകാം...ഇന്നുവേണ്ട...നാളെയാവട്ടെ..."

"നിന്നോടെത്രവട്ടംപറയണം. പേസ്റ്റെടുത്തുവച്ചിട്ടുപോകണമെന്ന്..! കുറച്ചുനേരംകൂടെ കിടന്നേക്കാമെന്നുവെച്ചാൽ ഇതുങ്ങൾ സമ്മതിക്കണ്ടെ?"

"കണ്ണൻ എണീറ്റാൽ പിന്നെ നിലവിളിക്കാൻ തുടങ്ങും...അതുതന്നെ...!"

ഇത്, എന്നും അയാൾ ചോദിക്കുമ്പോഴൊക്കെ ലഭിക്കുന്ന ഉത്തരം തന്നെയാണ്. പതിവുപോലെ 'ഹ്ഹും..."എന്നു മുരണ്ട് അയാൾ തന്റെ പ്രതിഷേധം അറിയിച്ചു.

കുട്ടികൾ അവൾക്കുചുറ്റും കൂടിനിന്ന് "അമ്മാ...അമ്മാ..."എന്നു കോലാഹലം തുടങ്ങിക്കഴിഞ്ഞു. പാതിവേവിച്ചമുട്ടകൾ അവൾ പാത്രത്തിൽനിന്നും എടുത്ത് പൊട്ടിച്ച് തമ്പ്ളറിൽ ഒഴിച്ചുകൊടുത്തു. രാവിലെ പാൽവരാൻ വൈകുന്നതുകാരണം കലക്കിക്കൊണ്ടുവന്ന ബേബിഫുഡും അവർക്ക് പകർന്നുകൊടുത്തുതുടങ്ങി.

അയാൾ പത്രവുമെടുത്ത് ബാത്ത്റൂമിൽ കടന്ന് വാതിൽ അടച്ചു.

രണ്ട്

പല്ലുതേയ്ക്കലും മുഖംകഴുകലുമൊക്കെ കഴിഞ്ഞ് അയാൾ കുളിമുറിവിട്ടു പുറത്തുവരുമ്പോൾ മാലതി കണ്ണനെയും പാത്രങ്ങളും എടുത്തുകൊണ്ടുപൊയ്ക്കഴിഞ്ഞിരുന്നു. ഗീതയും രമയും പുസ്തകം കൈയിൽവച്ചുകൊണ്ട് നല്ലരസത്തിൽ എന്തൊക്കെയോ പരസ്പരം സംസാരിക്കുന്നുണ്ടായിരുന്നു.

“ഉം...ഇനിയും പഠിക്കാൻതുടങ്ങീല്ലേ?”

ഉച്ചസ്ഥായിയിൽ അയാൾ ഇങ്ങനെ ചോദിച്ചപ്പോൾ നഴ്സറിക്കാരിയായ രമ “പി ഇ ജി ജി വൈ...പെഗ്ഗീ...”എന്നും ഒന്നാം സ്റ്റാൻഡേർഡുകാരി ഗീത “സൺ റൈസസ് ഇൻ ദ ഈസ്റ്റ്,” എന്നും വായിക്കാൻ ആരംഭിച്ചു.

അയാൾ ടവ്വൽ എടുത്ത് മുഖംതുടച്ചിട്ട് അടുത്തമുറിയിൽചെന്ന് ദിവസവും പതിവുള്ള അഞ്ചുമിനിറ്റു നേരത്തെ വ്യായാമമായി കൈയും കാലും ചലിപ്പിച്ചുതുടങ്ങിയപ്പോൾ ഗീത, “ഞാനും അപ്പയെപ്പോലെ എക്സർസൈസ് ചെയ്യാൻപോണു” എന്നുപറഞ്ഞുകൊണ്ട് അവിടെയെത്തി മെല്ലിച്ച തന്റെ കൈയും കാലും വളയ്ക്കാനും തിരിക്കാനും തുടങ്ങി. രമയ്ക്കു അൽപ്പം തടിച്ച ശരീരമായതിനാൽ അതുവളയാൻ ബുദ്ധിമുട്ടുണ്ട്. അതുകൊണ്ട് അവൾ ശല്യപ്പെടുത്തിയില്ല; കിടക്കറജനലിനരികിൽവന്നുനിന്ന് ഈ തമാശയൊക്കെ നോക്കിക്കൊണ്ടു ചിരിച്ചതേയുള്ളൂ.

“ഉം...ഉം...പഠിക്ക്...പഠിക്ക്...” എന്നുപറഞ്ഞുകൊണ്ട് അയാൾ വീണ്ടും മുറിയിൽവന്നു. മാലതി എടുത്തുവച്ചിരുന്ന പാതിവേവിച്ച മുട്ട ഉടച്ചു കുടിച്ചശേഷം വായ് കുലുക്കുഴിയാൻ പൈപ്പുതുറന്നപ്പോൾ അതിൽനിന്നും കാറ്റിന്റെ ശീൽക്കാരംമാത്രം. താഴെ ചൂടുവെള്ളം തയ്യാറാക്കുന്ന അടുപ്പിൽനിന്നും കുമുകുമെന്ന് പുക ഉയർന്ന് മുകളിലേക്കുവരാനും തുടങ്ങി.

“പൈപ്പൊന്നു അടച്ചു തൊലയ്ക്ക്!”

രണ്ടുമൂന്നു പ്രാവശ്യം അയാൾ ഒച്ചയിട്ടതിനുശേഷം മനസ്സില്ലാമനസ്സോടെ പൈപ്പിൽനിന്നും വെള്ളം ഒഴുകാൻ തുടങ്ങി. വായ്കുലുക്കുഴിഞ്ഞ്, റോഡിന് അഭിമുഖമായുള്ള ജനലിനരികിൽകിടന്ന ചൂരൽക്കസേരയിൽ ഇരുന്ന് പത്രമെടുത്ത് നിറുത്തിയഭാഗത്തുനിന്നും വായനതുടങ്ങി.

"അപ്പാ...അക്കൻ...ഒച്ചവച്ച്...എനിക്ക് പഠിക്കാൻ...ചെവി അടയ്ക്കണൂ..." രമ നിലവിളിച്ചു.

"എടീ കൊച്ചേ, പതുക്കെ വായിക്ക്..."

അയാൾ ശാസിച്ചു.

ഇപ്പോൾ രമയും മത്സരിച്ചു ഒച്ചയിൽ വായിക്കാൻ തുടങ്ങുന്നു. നിയമസഭയിൽ ഭരണകക്ഷി–പ്രതിപക്ഷസംഘട്ടനങ്ങളെ സ്പീക്കർ കൈകാര്യംചെയ്തതു സംബന്ധിച്ചുള്ള പത്രവാർത്ത വളരെ രസകരമായിരിക്കുന്നതിനാൽ അയാൾ കുട്ടികളെ ശ്രദ്ധിക്കുന്നില്ല.

"ഫോൺവന്നിരിക്കുന്നു...എക്സിക്യൂട്ടീവ് എഞ്ചിനീയർ വിളിക്കുന്നുണ്ട്."

താഴെനിന്നും മാലതി അറിയിച്ചു.

പത്രം കട്ടിലിലേക്ക് വീശിയെറിഞ്ഞിട്ട് 'ശടപെടേ'ന്ന് കോവണിപ്പടിനോക്കി നടക്കവേ, "അപ്പാ ഓടണൂ...അപ്പാ ഓടണൂ..." എന്നു ഗീതയും രമയും വിളിച്ചുകൂവുന്നത് അയാൾ ഗൗനിക്കുന്നേയില്ല.

"രാജശേഖരൻ സ്പീക്കിങ്..."

"ഇത് എക്സിക്യൂട്ടീവ് എഞ്ചിനീയർ..."

"ഗുഡ്മോർണിംഗ് സർ..."

"ഗുഡ്മോർണിംഗ്...മേനോനെക്കണ്ട് സോണൽ മീറ്റിംഗിന് വരുന്ന ഡെലിഗേറ്റ്സിനെപ്പറ്റി അന്വേഷിച്ചോ?"

"അന്വേഷിച്ചു സർ...ആരൊക്കെയാണ് വരാൻപോകുന്നതെന്നു ഇനിയും പൂർണമായി അറിഞ്ഞുകൂടെന്ന്. ഇപ്പോഴും ഡെലിഗേറ്റ്സിൽനിന്ന് കത്തുകൾ വരുന്നുണ്ടുപോലും. അടുത്തയാഴ്ചയോടുകൂടി, എല്ലാവരിൽനിന്നും ഇന്റിമേഷൻ വന്നശേഷം റൂം റിസർവ്ചെയ്താൽമതി എന്നാണ് മേനോൻസാർ പറഞ്ഞത്. ഏതിനും ഇന്റർനാഷണൽ ടൂറിസ്റ്റ് ഹോമിൽ കുറെ റൂമുകൾ നമുക്കുവേണ്ടി റിസർവ് ചെയ്തിട്ടുണ്ട് സാർ..."

"റെസ്റ്റ്ഹൗസ്, ഗസ്റ്റ്ഹൗസ് ഇവിടെയൊക്കെ വേണ്ടേ?"

"അവിടെയൊക്കെ മേനോൻസാർതന്നെ ഡയറക്ടായി ലെറ്റർ അയച്ച് റിസർവ്ചെയ്തതായി പറഞ്ഞു. അതോടൊപ്പം, മോനോൻസാർ കുറ്റിയാടി പവർഹൗസിലേക്ക് പോവുന്നുണ്ടെന്നും, മടങ്ങിവന്നിട്ട് അടുത്തയാഴ്ച എന്നെ ഫോണിൽ വിളിക്കാമെന്നുംകൂടി പറഞ്ഞുസർ...'

"ആട്ടെ, രമാദേവി ഗേൾസ് ഹൈസ്കൂളിന്റെ മുന്നിലൂടെ അണ്ടർഗ്രൗണ്ട് കേബിൾ ഇടുന്നത് നിങ്ങടെ സെക്ഷനിൽനിന്നുതന്നെയാണല്ലോ?"

"അതെസർ...ഞങ്ങളുതന്നെ..."

"ആ റോഡുമുഴുവനും കുഴിച്ചിട്ടു വളരെ ദിവസങ്ങളായി. കുറച്ചു മുമ്പ് സൂപ്രണ്ടിംഗ്എഞ്ചിനീയർ വിളിച്ചിരുന്നു. അവിടെ റോഡിന് വളരെ വീതികുറവ്. ഇന്നലെ അങ്ങേർ ആ വഴിക്ക് പോകുമ്പോൾ സ്കൂളിൽ നിന്നും പുറത്തേക്കുവന്ന രണ്ടുമൂന്നു സ്റ്റുഡൻസ് കാലുതെറ്റി ആ കുഴിക്കകത്തുവീണത് കണ്ടുപോലും...ഏതിനും ആ കുഴി ഇന്നുതന്നെ കംപ്ലീറ്റായി മൂടിയേക്കാൻ അറേഞ്ച് ചെയ്തേക്ക്."

"ശരി, സർ...ഫിഫ്റ്റി എം എം കേബിൾ എല്ലാം ഞങ്ങൾ അവിടെ ഇറക്കിയിട്ട് വളരെനാളായി. രണ്ടുമാസങ്ങൾക്കുമുമ്പ്, ട്രഞ്ചുവെട്ടാൻതുടങ്ങിയ അന്നുതന്നെ കേബിൾലേയിംഗിന് ഇഷ്ടികയും ആറ്റുമണലും വാങ്ങാൻ ടെമ്പററി അഡ്വാൻസ് എഴുനൂറുരൂപ ആവശ്യപ്പെട്ടുകൊണ്ട് ഞാൻ അസിസ്റ്റന്റ് എഞ്ചിനീയർക്ക് ഒരു കത്തയച്ചിരുന്നു....രൂപ ഇനിയും കിട്ടിയിട്ടില്ല. അതുകൊണ്ടാണ് കേബിൾ ഇടാൻ പറ്റാതെപോയത്."

"ശരിയാണ്...ആ പേപ്പർ ഞാൻ കണ്ടതായിട്ട് ഓർക്കുന്നു. ടെമ്പററി അഡ്വാൻസ് ആർക്കും കൊടുക്കണ്ട എന്ന് ഞാൻതന്നെയാണ് ഓർഡർ ഇട്ടത്. അത് ഒരു പോളിസിമാറ്റർ. വേണമെങ്കിൽ ഇഷ്ടികയും മണലും സപ്ലൈചെയ്യാൻ നിങ്ങൾ റെക്കമെൻഡുചെയ്തിട്ടുള്ള കോൺട്രാക്ടർക്കും ഇന്നുതന്നെ ഞാൻ ഓർഡർ പ്ലേസ് ചെയ്തേക്കാം. പേയ്മെന്റ്, സപ്ലൈ ചെയ്തതിനുശേഷം നടത്താം..."

"സാർ...ഇപ്പോ ഇഷ്ടികക്കും മണലിനും ഒക്കെ വലിയ ഡിമാൻഡ്... ഉടനെ രൂപകൊടുത്തില്ലെങ്കി സപ്ലൈചെയ്യുമെന്ന് തോന്നുന്നില്ല."

"രൊക്കം രൂപകൊടുക്കാതെ സപ്ലൈചെയ്യുന്നവർ ധാരാളം ഉണ്ടല്ലോ. അങ്ങനെ ഇഷ്ടിക കിട്ടാതെവന്നാൽപോലും ഇന്നുതന്നെ ട്രഞ്ചൊക്കെ മൂടിയേക്കാൻ ഏർപ്പാടുചെയ്തേക്ക്. പിന്നീട് ഇഷ്ടികയൊക്കെ വാങ്ങിയശേഷം ആർക്കെങ്കിലും ലോക്കൽകോൺട്രാക്ട് കൊടുത്ത് കേബിൾ ഇടീക്കാം. ഡിപ്പാർട്ടുമെന്റായിട്ട് ഇമ്മാതിരി ജോലിയൊന്നും ഇനിമേൽ ചെയ്യിക്കേണ്ട...പിന്നെ.... ആ ഹോളിഡേ പോസ്റ്റിംഗ് കാര്യം...ഞായറാഴ്ച, ഫെസ്റ്റിവൽ ഹോളിഡേ. ഈ ദിവസങ്ങളിലൊക്കെ ഒരു ഫസ്റ്റ് ഗ്രേഡ് ഓവർസീയറും ഒരു സെക്കൻഡ്ഗ്രേഡ് ഓവർസീയറും മാത്രം ഓഫീസിൽ വന്നാൽമതി എന്ന് ഓഫീസ്ഓർഡർ അയച്ചോ..."

"നോ സർ, മറ്റുസെക്ഷനിലൊക്കെ എല്ലാ ഓവർസിയർമാരും ഹോളിഡേയിൽ ജോലിക്കുവരുന്നുണ്ടെന്നും മറിച്ച് കുറച്ചാളുകൾമാത്രം വന്നാൽ വരുന്നവരുടെ വർക്ക്ലോഡ് കൂടിപ്പോവുമെന്നും അതുകൊണ്ട് അവരെല്ലാവരും ഓഫീസ് അറ്റന്റ് ചെയ്യണമെന്നും അവരുടെ യൂണിയൻ തീരുമാനിച്ചിട്ടുള്ളതായി പറയുന്നുസർ..."

"ആരുപറഞ്ഞു? മറ്റെല്ലാ സെക്ഷനിലും അമ്പതുശതമാനം ഓവർസിയർമാർമാത്രമേ വരുന്നുള്ളൂ. നിങ്ങടെ സെക്ഷനിൽമാത്രമാണ് ഇങ്ങനെ എല്ലാവരും വരുന്നത്...അതുകൊണ്ടാണ് അവർക്കൊക്കെ കൊടുക്കുന്ന ഡബിൾവേജസ്സിനെ ആഡിറ്റേഴ്സ് ഒബ്ജക്റ്റ് ചെയ്തിരി

ക്കുന്നത്. ശരി, അങ്ങനെ ഹോളിഡേപോസ്റ്റിംഗ് നടത്തിയാൽ അതുലം ഘിച്ച് ഓഫീസിലേക്കു വരുന്നത് ആരൊക്കെയാണെന്ന് നിങ്ങൾ റിപ്പോർട്ടുചെയ്തേക്ക്. ഏതിനും അടുത്തമാസത്തെ ഹോളിഡേകളിൽ ഇന്നയിന്ന ആളുകൾ വന്നാൽമതി എന്ന് ഇപ്പോഴത്തന്നെ പോസ്റ്റിംഗ് നടത്തിയേക്കുക..."

"ശരി സാർ..."

ഫോൺ വയ്ക്കപ്പെട്ടു.

മനസ്സിൽ ഭയവും വിഷമവും ചൂഴ്ന്നുതുടങ്ങി. താങ്ങാൻപറ്റാത്ത ഹൃദയഭാരത്തോടെ, ഡേറ്റ്കലണ്ടറിലെ കഴിഞ്ഞ തീയതി താൾ കീറിയെറിഞ്ഞു. മേശതുറന്നു റിസ്റ്റുവാച്ചെടുത്ത് കീ കൊടുത്തു. പിന്നെ ഫോണിൽ തന്റെ ഓഫീസ്നമ്പർ ഡയൽ ചെയ്തു.

"ഇത് ജെ ഇ ആണ് സംസാരിക്കുന്നത്. ആരാണ്?

ലൈൻമാനോ? ഫോർമാൻ വന്നില്ലേ?"

"ഇല്ലല്ലോ സർ..."

"വർക്കേഴ്സോ?"

"വന്നോണ്ടിരിക്കുന്നു."

"ഫോർമാൻ വന്ന ഉടനെ, വർക്കേഴ്സിനെ സ്പോട്ടിലയക്കുന്നതിനുമുമ്പ് എന്നെ ഇങ്ങോട്ടുവിളിക്കാൻപറയൂ."

"ശരി സർ..."

ഫോൺവച്ചിട്ടു അയാൾ മടങ്ങി.

ഇതിനിടയിൽ കണ്ണൻ "പ്പാ..." എന്നു വിളിച്ചുകൊണ്ട് അയാളുടെ കാലുകളെ കെട്ടിപ്പിടിച്ചു. അവനെ എടുത്തുകൊണ്ട് മുറ്റത്തുചെന്നുനോക്കി. ഇംഗ്ലീഷ് പത്രം ഇനിയും വന്നിട്ടില്ല.

അടുക്കളയിൽ മാലതി, വേലക്കാരി പാറുക്കുട്ടിയോടു എന്തോ ഒച്ച വയ്ക്കുന്നുണ്ടായിരുന്നു.

കണ്ണൻ 'ഊ...ഊ...' എന്നു ലൈറ്റിന്റെ സ്വിച്ച് ചൂണ്ടിക്കാണിച്ചു. അവനെ ഉയർത്തി സ്വിച്ചിനുനേർക്ക് തൂക്കിപ്പിടിച്ചപ്പോൾ അവൻ വളരെ പാടുപെട്ടു സ്വിച്ച് താഴ്ത്തി ലൈറ്റിട്ടു. വൈദ്യുതദീപത്തിന്റെ പ്രകാശം കണ്ട് അവന്റെ കണ്ണുകൾ തിളങ്ങി. 'ഉം...ഉം...' എന്നുവീണ്ടും സ്വിച്ചു ചൂണ്ടിക്കാണിച്ചു. അതുയർത്താൻ അവൻ ശ്രമിച്ചിട്ടുപറ്റിയില്ല. അയാൾ അവന്റെ പിഞ്ചു വിരലുകളെ സഹായിച്ച് വിളക്കണച്ചു. വീണ്ടും ലൈറ്റിടുകയും കെടുത്തുകയും ചെയ്യണമെന്ന് കണ്ണൻ ശാഠ്യംപിടിച്ചതു ഗൗനിക്കാതെ രാജശേഖരൻ അവനെ അടുക്കളയിൽ കൊണ്ടുപോയി മാലതിയെ ഏൽപിച്ചിട്ട് വീണ്ടും കോണിപ്പടികൾ കയറി മുകളിൽചെന്നു.

ഗീതയും രമയും തങ്ങളുടെ അലൂമിനിയ പുസ്തകപ്പെട്ടികളിൽനിന്ന് ചായപ്പെൻസിലുകളെല്ലാം എടുത്ത് തറയിൽനിരത്തി കളിക്കുന്നുണ്ടായിരുന്നു.

"ഇതാണോ പഠിക്കണലക്ഷണം?" ഇത് ചോദിച്ചുകൊണ്ടുതന്നെ ഒരു സ്കെയിലും ഓങ്ങി അവരുടെ നേർക്ക് പാഞ്ഞു. അവരാകട്ടെ വെപ്രാ

ളത്തോടെ കൈയിൽകിട്ടിയ പുസ്തകമെടുത്ത് വായനയും തുടങ്ങി.

അവരുടെ വായനയ്ക്ക് മേൽനോട്ടത്തിനായി ചൂരൽക്കസേരയിൽപോയി ഇരുന്നുകൊണ്ട് അയാൾ പത്രവായനയിൽമുഴുകി.

താഴെനിന്നു മാലതിയുടെ ശബ്ദം:

"പള്ളിക്കൂടത്തിനുനേരമായി...രമേ, ആദ്യം നീ മാത്രം വാ...കുളിക്കണ്ടെ?"

രമ തിടുക്കത്തിൽ താഴെ ചിതറിക്കിടക്കുന്ന പുസ്തകങ്ങൾ അലുമിനിയപ്പെട്ടിക്കകത്തുവാരിനിറയ്ക്കാൻ തുടങ്ങി.

"മോളേ, താഴെ ഇംഗ്ലീഷ്പേപ്പർ വന്നിട്ടുണ്ടെങ്കിൽ എടുത്തോണ്ടുവാ" താഴോട്ടിറങ്ങുന്ന രമയോട് അയാൾ പറഞ്ഞു, അതുകേട്ട് ഗീതയും എണീറ്റു. "ഞാൻ തന്നെ എടുത്തുകൊണ്ടുവരും" എന്നുപറഞ്ഞ് അവർ പടവെട്ടി. ഒടുവിൽ രമയോടൊപ്പം ഗീതയും താഴെചെന്ന് പത്രം എടുത്തുകൊണ്ടുവന്നു.

കൈയിലിരുന്നപത്രം വായിച്ചശേഷം അയാൾ ഇംഗ്ലീഷ്പത്രമെടുത്തു.

അൽപ്പംകഴിഞ്ഞ് താഴെനിന്ന്, "ഗീതേ...വാ...കുളിക്കാം..."മാലതി വിളിച്ചുപറഞ്ഞു.

"പോ...പോ...പഠിച്ചതും കിടിച്ചതുമൊക്കെ മതി. സ്കൂളിനുനേരമായി..."അയാളും വെപ്രാളപ്പെടുത്തി. ഗീത പുസ്തകങ്ങളൊക്കെ വാരി പെട്ടിയിൽനിറച്ച് അയാൾ വായിച്ചുകഴിഞ്ഞ പത്രവും എടുത്തുകൊണ്ട് താഴേക്കുചെന്നു.

മൂന്ന്

വളരെ തിടുക്കത്തിൽ ഇംഗ്ലീഷ്പത്രം വായിച്ചുതീർത്ത് ഷേവിംഗും കഴിഞ്ഞശേഷം മുകളിലത്തെ മുറിയുടെ ജനൽ അടയ്ക്കുമ്പോൾ ഇളം വെയിൽ 'ശുൾ' എന്ന് കണ്ണിൽകുത്തുന്നുണ്ടായിരുന്നു. കതകുകൾ അടച്ചിട്ട് അയാൾ താഴോട്ടിറങ്ങിവരുമ്പോൾ കാപ്പിയുടെ കോലാഹലം നടക്കുകയാണ് അടുക്കളയിൽ.

മണി എട്ട്.

പുറത്തെ കതകിലെ കാളിംഗ്ബെൽമുഴങ്ങി.

ചെന്നുനോക്കിയപ്പോൾ മുറ്റത്ത് ഗൂർഖ നിൽക്കുന്നുണ്ട്.

"ഊം...?"

"അല്ല...ഈ മാസം രൂപകിട്ടിയില്ല..."

"എന്തിന്? കടകളിൽ പോയിചോദിക്ക്. ഇവിടെ കള്ളന്മാർക്ക് മോഷ്ടിച്ചോണ്ടുപോകാൻ ഒന്നുമില്ല."

"അല്ല സാർ...സാറിനു മാസം വെറും ഒരു രൂപമാത്രം. എത്രയോ ദൂരേന്നു വയറ്റുപ്പിഴപ്പിനുവേണ്ടി ഇവിടെവന്നിരിക്കണ ഞങ്ങൾക്ക് ആ ഒരു രൂപ എത്രയോ വലുത്."

"ശരി...ശരി..."ഒരു രൂപ ഗൂർഖയുടെ കൈയിലേക്ക് മാറുന്നു. സലാം വച്ചിട്ട് അവൻ പുറത്തുപോയി.

ഷർട്ട് ഊരി സ്റ്റാൻഡിൽ തൂക്കിയിട്ടു. അടുക്കളക്കടുത്തുള്ള സ്റ്റോറിൽചെന്നു. എണ്ണക്കുപ്പിയെടുത്ത് കുറെ എണ്ണപകർന്ന് തിടുക്കത്തിൽ തലയിലും ദേഹത്തുമൊക്കെ തേച്ചുകൊണ്ടിരിക്കെ കണ്ണൻ അവിടെ വന്നു.

"പ്പാ...പ്പാ...പ്പൂ" അവൻ ആശയോടെ സോപ്പുപെട്ടി ചൂണ്ടിക്കാണിച്ചു. പെട്ടി കൈയിൽ കൊടുത്തയുടനെതന്നെ അവൻ അതുതുറന്ന് സോപ്പുമാത്രം കൈയിൽ എടുത്തശേഷം പെട്ടി താഴേക്കെറിഞ്ഞു. എന്നിട്ട്

ഉത്സാഹത്തോടെ നെഞ്ചിലും തലയിലും സോപ്പുതേയ്ക്കാൻ തുടങ്ങി.

തറയിൽ കിടന്ന സോപ്പുപെട്ടിയെടുത്ത് അയാൾ, "ശരി...സോപ്പു താ മോനേ...അപ്പനു ഓഫീസിൽപോകാൻ നേരമായി." എന്നു കെഞ്ചിക്കൊണ്ട് കൈനീട്ടിയപ്പോൾ കണ്ണൻ അടുക്കളയിലേക്ക് ഓടിക്കളഞ്ഞു. തോർത്തുമെടുത്തുകൊണ്ട് അവന്റെ കൈയിൽനിന്നും സോപ്പുപിടിച്ചുവാങ്ങിയപ്പോൾ അവൻ രാഗവിസ്താരം തുടങ്ങി. മാലതി അവനെ ആശ്വസിപ്പിച്ചുകൊണ്ടിരിക്കേ വീട്ടിനുപിൻവശത്തെ കുളിമുറിയിലേക്ക് രാജശേഖരൻ വേഗംചെന്നു.

കുളിച്ചുകൊണ്ടിരിക്കവേ മനസ്സിനകത്തു ഓളംവെട്ടിക്കൊണ്ടിരുന്നത് മുഴുവനും എക്സിക്യൂട്ടീവ് എഞ്ചിനീയർ പറഞ്ഞ കാര്യങ്ങളായിരുന്നു.

കുളിമുറിയിൽനിന്നും അടുക്കളയിലേക്ക് കയറിയപ്പോൾ തിന്നുകൊണ്ടിരുന്ന ഇഡ്ഡലിയും വിട്ടിട്ട് സോപ്പിനുവേണ്ടി വീണ്ടും കണ്ണൻ ഓടിവന്നു.

അവന്റെ കൈയിൽ സോപ്പുപെട്ടിയും കൊടുത്ത് അവനെയും തൂക്കിക്കൊണ്ടു സ്റ്റോർറൂമിലേക്കുചെന്നു.

"കണ്ണൻ നല്ല കുട്ടിയല്ലേ? മോൻ അത് ഇവിടെവച്ചേക്കു കാണട്ടെ..." എന്നുപറഞ്ഞുകൊണ്ടുഷെൽഫിനുനേർക്ക് അവനെ തൂക്കിപ്പിടിച്ചപ്പോൾ കണ്ണൻ സോപ്പ് അവിടെ വച്ചിട്ട് എന്തോ ഒരു വലിയ കാര്യം ചെയ്ത ഭാവത്തിൽ അയാളെ നോക്കിച്ചിരിച്ചു.

"നല്ല മോൻ...! താങ്ക്യൂ...!"

വീണ്ടും അവനെ അടുക്കളയിൽ കൊണ്ടുചെന്ന് തിന്നതുപാതി തിന്നാത്തതുപാതി ആയി വിട്ടിരുന്ന ഇഡ്ഡലിപ്ലേറ്റിനുമുന്നിൽ ഇരുത്തിയിട്ടുപറഞ്ഞു, "ഉം..ഇഡ്ഡലി മുഴുവൻ തിന്നുകാണട്ടെ...!"എന്നിട്ടയാൾ വേഗം നടുമുറിയിലേക്കുചെന്നു.

ബനിയനണിഞ്ഞ് ലൈറ്റും ഫാനും ഓൺചെയ്തു. പട്ടാപ്പകൽപോലും ആ മുറിയിൽനിന്നു തലചീകണമെങ്കിൽ ലൈറ്റുവേണം. കണ്ണാടിയുടെ മുന്നിൽനിന്ന് തലചീകിയതിനുശേഷം ലൈറ്റുകെടുത്തി. റേഡിയോവിൽ സിലോൺസ്റ്റേഷൻ പിടിച്ചു. ഗാനങ്ങളെക്കാൾ പ്രധാനം, വാച്ചുനോക്കുന്ന ബുദ്ധിമുട്ടുകൂടാതെ അപ്പപ്പോൾ കേൾക്കാൻ പറ്റുന്ന സമയഅറിയിപ്പുകളാണ്.

തലയിലെ ഈർപ്പം കളയുന്നതിനുവേണ്ടി ഫാനിനുകീഴിൽ ചൂരൽക്കസേര വലിച്ചിട്ട് ഇരുന്നു. റേഡിയോവിൽനിന്നും ഒരു സിനിമാഗാനം വളരെ പതിഞ്ഞു കേൾക്കുന്നുണ്ടായിരുന്നു.

ചൂടുവെള്ളത്തിൽ കുളിച്ചതുകൊണ്ടു ശരീരമാകെ വിയർത്തൊലിക്കുന്നു. ഫാനിൽനിന്നും പരക്കുന്ന കാറ്റ് അതിന് ശമനം വരുത്തുന്നുണ്ട്.

ഫോൺ ശബ്ദിച്ചു.

റേഡിയോവിന്റെ ശബ്ദം പുറത്തുകേൾക്കാത്തവിധം താഴ്ത്തിയിട്ടു ഫോൺ എടുത്തു:

"ഹലോ...ഇത് രാജശേഖരൻ"

"ഇത് അസിസ്റ്റന്റ് എഞ്ചിനീയർ പോറ്റി."

"ഗുഡ്മോർണിംഗ് സർ"

"മോർണിംഗ്. ആ ഗേൾസ്ഹൈസ്കൂളിനടുത്തെ കേബിൾ ലേയിംഗ് ഇനിയും തീർന്നിട്ടില്ലേ...?"

"ഇല്ല സർ...അതിനുവേണ്ട ഇഷ്ടികയും മണലും വാങ്ങാനായി ടെമ്പററി അഡ്വാൻസിനു അന്നുതന്നെ ഞാൻ എഴുതിയിരുന്നല്ലോ...ഇനിയും അതു കിട്ടിയിട്ടില്ല. അൽപ്പംമുമ്പ് എക്സിക്യൂട്ടീവ്എഞ്ചിനീയറും ഇങ്ങോട്ടുവിളിച്ചിരുന്നു സർ"

"അങ്ങോട്ടും വിളിച്ചിരുന്നോ? താൻ എന്തുപറഞ്ഞു?"

"ഇഷ്ടിക ഇല്ലാത്തതുകൊണ്ട് കേബിൾ ഇടാൻ പറ്റിയില്ല, വാങ്ങാനായിട്ട് ടെമ്പററി അഡ്വാൻസും കിട്ടിയില്ല...ഇങ്ങനെ പറഞ്ഞുസർ..."

"എന്താണ് അതിന് അങ്ങേര് മറുപടി പറഞ്ഞത്?"

"കേബിൾ ഇട്ടില്ലെങ്കിലും സാരമില്ല ഇന്നുതന്നെ ട്രഞ്ച് മൂടിയേക്ക്... എന്നുപറഞ്ഞു."

"അങ്ങനെയാണോ? ശ്ശെ...ശ്ശെ...മൂടിക്കളയരുത്. എക്സിക്യൂട്ടീവ് എഞ്ചിനീയറോട് ഞാൻ പറഞ്ഞുകൊള്ളാം...അന്നുതന്നെ ആ ടെമ്പററി അഡ്വാൻസിനുള്ള പേപ്പർ സാങ്ഷനുവേണ്ടി അങ്ങേർക്കയച്ചതാണ്. ആട്ടെ...എത്രരൂപാ...?"

"എഴുന്നൂറ്..."

"അത്രേ ഉള്ളല്ലോ...ഏതിനും ഓഫീസിലേക്കുപോകുമ്പോൾ ഇതിലേ വരൂ...ഡിവിഷണൽ അക്കൗണ്ടന്റിനോടു ഞാനും പറയാം. ടെമ്പററി അഡ്വാൻസ് കിട്ടാതെ വരുന്നപക്ഷം ഉടനേതന്നെ ലോക്കൽഓർഡർ വാങ്ങിത്തരാം.

കോൺട്രാക്ടറോട് ഇഷ്ടികയും മണലും സപ്ലൈ ചെയ്യാൻ പറയൂ. മെഷർചെയ്ത് ഉടനേ അയച്ചേക്ക്...രണ്ടു ദിവസത്തിനകം പണം കൊടുക്കാമെന്നു ഗാരന്റിപറഞ്ഞേക്ക്...ഏതായാലും ട്രഞ്ച് മൂടിക്കളയരുത്. അതുക്ലിയർ ചെയ്യാൻ കുറച്ചാളുകളെ ഇന്നുതന്നെ അയച്ചേക്ക്... പിന്നെ ആ ഹോളിഡേ പോസ്റ്റിംഗ് ചെയ്തോ?"

"ഇല്ലല്ലോ സർ...അത് വലിയ കുഴപ്പമായിട്ടാണല്ലോ ഇരിക്കുന്നത്! ഞാൻ ഒന്നുരണ്ടുപേരെ പോസ്റ്റുചെയ്താലും അവരെല്ലാം വരുമെന്നാണുപറഞ്ഞത്...മാത്രമല്ല, മറ്റു സബ്ഡിവിഷനിലൊക്കെ എല്ലാ സെക്ഷനിലും എല്ലാവരും വരുന്നുണ്ടുപോലും...ഇപ്പൊ നമ്മൾ രണ്ടുപേർ മാത്രമാണ് അവർക്കു എതിരാളിയായിട്ടുള്ളതെന്നാണ് അവരുടെ ആക്ഷേപം... യൂണിയൻ ലവലിൽ അവർ ഇത് ഒരു വല്യ ഇഷ്യു ആക്കാൻ പോവുന്നുണ്ടെന്നും പറയുന്നുണ്ട്..."

"ശരി...ശരി...ഏതിനും നമ്മുടെ തടി രക്ഷിക്കണമല്ലോ...താൻ പോസ്റ്റുചെയ്യാതിരിക്കരുത്...എക്സിക്യൂട്ടീവ് എഞ്ചിനീയറോട് ഞാൻ ഒന്നു ചോദിക്കട്ടെ..."

"ശരി സർ..."

ഫോൺ വച്ചിട്ട് വീണ്ടും റേഡിയോവിന്റെ ശബ്ദം അൽപ്പം ഉയർത്തി.

റേഡിയോയിൽ കരകരപ്പുണ്ടാക്കിക്കൊണ്ട് കാളിംഗ്ബെൽ ശബ്ദിച്ചു. വെളിയിലെ വരാന്തയിലേക്ക് അയാൾ തിരക്കിട്ടു ചെന്നു.

രണ്ടാളുകൾ...യാതൊരു പരിചയവുമില്ല. അഭിവാദനം ചെയ്യുന്നു.

രാജശേഖരൻ കതകുതുറന്നു.

"സാർ...ഞങ്ങളുടെ ഓയിൽമില്ലിന് ഇനിയും കണക്ഷൻ കിട്ടിയില്ലല്ലോ..."

"എവിടെ?"

"ഗണപതികോവിലിനടുത്ത്".

"ഹോഴ്സ്പവർ എത്ര?"

"പത്ത്"

"പേര്?"

"കല്യാണിക്കുട്ടിയമ്മ...എന്റെ ഭാര്യയുടെ പേരിലാണ് കണക്ഷന് അപ്ലൈചെയ്തിരിക്കുന്നത്..."

"ശരി...ശരി അത് അസിസ്റ്റന്റ് എഞ്ചിനീയറുടെ അടുത്ത് സാങ്ഷന് അയച്ചിരിക്കുകയാണ്, മിക്കവാറും ഒരാഴ്ചക്കകം സാങ്ഷൻ വന്നേക്കും..."

"അടുത്തയാഴ്ച സപ്ലൈ കിട്ടുമോ സാർ...?'

"നോക്കാം...ത്രീ ഫേസ് മീറ്റർ ഡിവിഷൻസ്റ്റോറിൽ സ്റ്റോക്ക് ഉണ്ടോ എന്തോ? ഉണ്ടെങ്കിൽ അടുത്ത സ്റ്റോർഡേറ്റിൽതന്നെ അതും ബാക്കി മെറ്റീരിയൽസും എടുത്ത് സപ്ലൈ അറേഞ്ച്ചെയ്യാൻ നോക്കാം..."

"വളരെ ഉപകാരം സാർ..."

"നോ മെൻഷൻ..."

അവർ പോയ്ക്കഴിഞ്ഞു.

കതകും അടച്ചിട്ട് അയാൾ നടുമുറിയിലേക്കുചെന്നു.

നാല്

ഫോൺ ഒച്ചയെടുത്തു.

"സാർ...ഇത് വേലപ്പൻ...സാർ വിളിച്ചിരുന്നതായി ലൈൻമാൻ പറഞ്ഞു..."

"എന്താ വേലപ്പാ...? കാലത്തു മണി എട്ടരയായല്ലോ, വർക്കേഴ്സിനെ ഇനിയും അയച്ചില്ലേ?"

"ഇല്ല സാർ...ഇന്നു കുറച്ചുലേറ്റായിപ്പോയി...നാട്ടിൽനിന്ന് എന്റെ അച്ഛനും അമ്മയും വന്നിട്ടുണ്ട്..."

"ശരി...ശരി...എക്സിക്യൂട്ടീവ് എഞ്ചിനീയറും അസിസ്റ്റന്റ് എഞ്ചിനീയറും വിളിച്ചിരുന്നു...ആ രമാദേവി സ്ക്കൂളിനുസമീപത്തെ കേബിൾലേയിംഗ് ഇന്നുതന്നെ തുടങ്ങണമെന്നു പറഞ്ഞു..."

"സാർ...ആ ടെമ്പററി അഡ്വാൻസ്..."

"അതുതന്നെയാണ് പറയാൻവരുന്നത്...കോൺട്രാക്ടറോട് ഇഷ്ടികയും മണലും ഇന്നുതന്നെ സപ്ലൈ ചെയ്യാൻ പറഞ്ഞേക്ക്...രണ്ടുദിവസത്തിനകം പേമന്റുചെയ്തേക്കാം..."

"സാർ...അതു നടക്കുമെന്നുതോന്നുന്നില്ല".

അല്ലാത്തപക്ഷം ഇന്നുതന്നെ ട്രഞ്ചു മൂടിയേക്കാൻ എക്സിക്യൂട്ടീവ് എഞ്ചിനീയർ പറയുന്നു...ഏതായാലും അതു വേണ്ട. ഈ കണ്ടീഷനിൽ ഇഷ്ടിക സപ്ലൈചെയ്യുന്ന കോൺട്രാക്ടർമാർ ധാരാളമുള്ളതായിട്ടാണ് അങ്ങേർ പറയുന്നത്..."

"അദ്ദേഹം ഇതൊക്കെപറയും സാർ...ഇനി അങ്ങനെയുള്ള കോൺട്രാക്ടറുടെ പക്കൽനിന്നല്ലേ നമുക്കു ഇഷ്ടിക വാങ്ങാൻ പറ്റുകയുള്ളൂ...ടെമ്പററി അഡ്വാൻസും തരികയില്ല, ഉടനടി ജോലിയും തീർക്കണം എന്നുപറഞ്ഞാൽ സാധിക്കുമോ സാർ...?"

"ശരി...ശരി...അതിപ്പൊ നമ്മളെന്തിനുനോക്കണം? നമ്മളോടുപറ

യുന്നത് അങ്ങ് അനുസരിച്ചേക്കുക...ഏതിനും ആ കോൺട്രാക്ടറോട്, രണ്ടുദിവസത്തിനകം പണം കൊടുക്കാൻ ഞാൻ ഏറ്റിരിക്കയാണെന്നു പറഞ്ഞ് ഇഷ്ടികയും മണലും ഇറക്കിക്കോ...ഇന്ന് വർക്കേഴ്സിനെ ട്രഞ്ചു ക്ളിയറിംഗിനു വിട്ടേക്ക്...നാളെ പകലും, രാത്രിയിൽ ഓവർടൈമും ജോലി ചെയ്യിച്ച് കേബിൾ ലേചെയ്ത് എങ്ങനെയെങ്കിലും നമുക്ക് ട്രഞ്ചുമൂടണം. ഞാൻ ഡിവിഷൻ ഓഫീസിൽപോയി ലോക്കൽഓർഡർ എങ്കിലും വാങ്ങി ക്കൊണ്ടുവരാം..."

"ശരി സാർ...ഏതിനും കോൺട്രാക്ടറോടു ചോദിച്ചുനോക്കട്ടെ. സ്റ്റാർഡേറ്റാണ് സാർ ഇന്ന്...വെഹിക്കിൾ വേണം..."

"ശരി, രാമൻനായരെ വിളിച്ചു ലോറിക്ക് ഏർപ്പാടുചെയ്യാം. സ്റ്റോർകീ പ്പറെയും വർക്കേഴ്സിനെയും ഡിവിഷൻസ്റ്റോറിലേക്ക് പറഞ്ഞയക്ക്..."

"ആകട്ടെ സാർ...ഇന്ന് ഓവർടൈം ചെക്കുകിട്ടും സാർ...അപ്പു ഡിവി ഷനിലേക്കുവരുന്നുണ്ട്...ചെക്കുകിട്ടിയാൽ അവിടെ സാറിന്റെ അടുത്ത് അവൻ കൊണ്ടുവരും...സാർ ഒപ്പിട്ടുകൊടുത്താൽ പതിനൊന്നുമണിക്കു മുമ്പ് ബാങ്കിൽ ക്യാഷ്ചെയ്യാമെന്നാണ് അവൻ പറയണത്."

"അയച്ചേക്ക്...ഞാൻ എക്സിക്യൂട്ടീവ് എഞ്ചിനീയറുടെയോ അസി സ്റ്റന്റ് എഞ്ചിനീയറുടേയോ റൂമിൽകാണും"

ഫോൺ വച്ചിട്ട് വീണ്ടുമെടുത്ത് രാമൻനായർക്ക് ഡയൽചെയ്തു.

"ഹലോ...ഇതു രാജശേഖരൻ. കോട്ടയം ജെ ഇ രാമൻനായ രാണോ?"

"അതെ...ഗുഡ്മോർണിംഗ്."

"ഗുഡ്മോർണിംഗ്, ഇന്ന് ഞങ്ങളുടെ സ്റ്റോർഡേറ്റ് ആണ്. ലോറി വേണം..."

"ലോറി വർക്ക്ഷോപ്പിലാണല്ലോ. വാൻ മതിയൊ?"

"കുറച്ച് പോസ്റ്റ് എടുക്കണമല്ലോ...ലോറി ഇല്ലാതെ എങ്ങനെ?"

"അടുത്തയാഴ്ചനോക്കാം."

"ആകട്ടെ, വാനെങ്കിലും അയക്കണം".

"സ്റ്റോർകീപ്പറെയും വർക്കേഴ്സിനെയും ഡിവിഷൻസ്റ്റോറിൽ വരാൻ പറയണം. വാൻ കൊടുക്കാം. ഡ്രൈവറെയും ഇപ്പോത്തന്നെ വിളിച്ചുപറഞ്ഞേക്കാം..."

"താങ്ക്സ്...വേറെ വിശേഷങ്ങൾ? കോട്ടയംമീറ്റിംഗ് എന്തായി? എന്തെങ്കിലും രക്ഷയുണ്ടോ?"

"ഒന്നും അറിഞ്ഞുകൂടാ...ഞായറാഴ്ചയെന്നില്ല, ഒഴിവുദിവസമെ ന്നില്ല, രാവും പകലും നമ്മൾ ഓഫീസിൽ കാത്തുകെട്ടിക്കിടക്കുന്നു...ഇ രുപത്തിനാലുമണിക്കൂറും റിസ്ക് നമുക്കാണ്. എന്നാൽ നമുക്കുമാത്രം ഓവർടൈം അലവൻസും ഇല്ല, ഹോളിഡേവേജസും ഇല്ല..."

"അതൊന്നും ഇല്ലെങ്കിലും വല്ല സ്പ്രെഡ് ഓവർ അലവൻസ് എങ്കിലും കിട്ടുമോ?"

"ആരു കണ്ടു? ജൂനിയർ എഞ്ചിനീയറും വർക്ക്മാൻ ആണെന്ന്

അവാർഡ് വന്നിട്ട് മാസം ആറായി. എന്നിട്ടും ഇതിനെപ്പറ്റിമാത്രം ബോർഡിന്റെ ഓർഡർവന്നില്ല...! ഇപ്പോ നമ്മളെല്ലാം പേരിനുമാത്രമാണ് ഓഫീസർ. മാസവരുമാനം ഒരു ഫസ്റ്റ്ഗ്രേഡ് ഓവർസീയറുടേതിന്റെ പാതി മാത്രം...ഊം...നോക്കാം...കോട്ടയംമീറ്റിംഗ് പണിമുടക്കുതീരുമാനമെന്തോ എടുത്തതായികേൾവിയുണ്ട്"

"അങ്ങനെയാണോ?"

"കറക്റ്റായിട്ടറിഞ്ഞുകൂടാ. യൂണിറ്റുസെക്രട്ടറി നന്ദകുമാറിനെ കണ്ടാൽ ചോദിച്ചിട്ടു നിങ്ങളെ അറിയിക്കാം"

"യെസ്, റൈറ്റ് ഓ"

"റൈറ്റ് ഓ"

ഫോൺ വച്ചു.

ഗീതയും രമയും സ്കൂളിൽ പോകാൻ ഡ്രസ്ചെയ്തുവന്നു കഴിഞ്ഞു. അവരുടെ ടിഫിൻപാത്രങ്ങൾ മാലതി കൊണ്ടുവെച്ചു.

"എന്നും ഗീത സ്കൂളിൽ ലേറ്റ് ആണെന്ന്, ക്ളാസ്ടീച്ചർ അവളെ വെളിയിൽ ആക്കുന്നുണ്ട്...ഈ ആയയെ ഇനിയും കണ്ടില്ലല്ലോ...കാറും കാണുന്നില്ല..."

"വിളിച്ചുചോദിക്ക്..."

രണ്ടു തെരുവുകൾക്കപ്പുറമുള്ള അവളുടെ അമ്മയുടെ വീട്ടിലേക്ക് മാലതി ഫോൺ ഡയൽചെയ്തു.

"ആര്, അമ്മയാണോ...? ആയയെ ഇനിയും കണ്ടില്ലല്ലോ...മണി ഒമ്പതായി..."

"ആയ നേരത്തേ കാറിൽ പോയല്ലോ..."

"അവൾ മറ്റുകുട്ടികളെ വിളിക്കാൻ പോയിട്ടുണ്ടാവും. ഇവിടെ വരുമ്പോ മണി പത്താകും. ഗീതയുടെ ക്ളാസ്ടീച്ചർ ആണെങ്കിൽ വളരെ കണിശക്കാരിയും. എന്നും ഇവൾ അടികൊള്ളുന്നു..."

കോപത്തോടെ അവൾ ഫോൺവച്ചിട്ടു തിരിഞ്ഞപ്പോൾ വെളിയിൽ ഹോൺ കേട്ടു.

"കാറുവന്നൂ...കാറുവന്നൂ..."എന്നുപറഞ്ഞുകൊണ്ട് ഗീതയും രമയും തങ്ങളുടെ പുസ്തകപ്പെട്ടികളെ പണിപ്പെട്ടു തൂക്കിക്കൊണ്ട് ഓടിവന്നു.

ആയവന്ന് കാളിംഗ്ബെൽ അമർത്തി. റേഡിയോ 'കറപറ'ന്നു അതിന്റെ പ്രതിഷേധം പ്രകടിപ്പിച്ചു. "അപ്പാ റ്റാറ്റാ...നമസ്തേ...സലാം... പോയിവരട്ടെ..." തങ്ങളുടെ പതിവുപല്ലവിയും പറഞ്ഞുകൊണ്ട് അവർ യാത്ര പുറപ്പെട്ടു. മാലതി, അവരുടെ ടിഫിൻപാത്രങ്ങളുമെടുത്തുകൊണ്ടു വെളിവരാന്തയിലേക്കു ചെന്നു.

ചേച്ചിമാരൊടൊത്തു വെളിയിൽപോകണമെന്നു വാശിപിടിച്ചു കണ്ണൻ കരയാൻതുടങ്ങി.

ഫോൺ ശബ്ദിക്കുന്നു. എടുത്തപ്പോൾ ഒരു സ്ത്രീസ്വരം.

"ജൂനിയർ എഞ്ചിനീയർ ആണോ"

"അതെ"

"ഇത് രേണുകാമുഖർജി... കൺസ്യൂമർ നമ്പർ ഫോർട്ടീൻ സെവന്റീൻ..."

"വാട്ട് ക്യാൻ ഐ ഡു ഫോർ യു?"

"ഞങ്ങൾ ഇലക്ട്രിസിറ്റി ബില്ലിന്റെ പണം അടച്ചിട്ടുണ്ട്. എന്നാൽ പണം അടച്ചിട്ടില്ലെന്നുപറഞ്ഞ് ഡിസ്കണക്റ്റ് ചെയ്യാൻ നിങ്ങളുടെ ആളുകൾ ഇവിടെ വന്നിരിക്കുകയാണ്."

"ശരി, അവിടെ നിൽക്കുന്ന ലൈൻമാന്റെ കൈയിൽ ഫോൺകൊടുക്കണം".

അൽപ്പനേരത്തെ നിശ്ശബ്ദത,

"സാർ...ഇതുദേവസഹായം"

സംഭാഷണത്തിലെ ഭാഷമാറുന്നു.

"ഉം...എന്താ?"

"അല്ല സാർ, അവർ പണം അടച്ച രസീതു കാണിക്കുന്നുണ്ട്. എന്നാൽ ഡിസ്കണക്ഷൻ ലിസ്റ്റിൽ ഇവരുടെ നമ്പരും ക്യാഷിയർ എഴുതിത്തന്നിരിക്കയാണ്."

"നമ്മുടെ രസീതാണോ?"

"അല്ല, മണിയോർഡർ രസീത് ആണുസാർ"

"ശരി ഏതിനും ഇപ്പോ ഡിസ്കണക്ഷൻ ചെയ്യണ്ട. ഫോൺ അവരുടെ കൈയിൽ കൊടുക്ക്".

"ശരി സാർ".

ഫോൺ കൈമാറുന്നു. ഭാഷയും മാറുന്നു. "നിങ്ങൾ ആർക്കാണ് രൂപ എം ഓ അയച്ചത്?"

"നിങ്ങൾക്കുതന്നെ".

"അതാണുപിശക്. ഡെപ്യൂട്ടി ചീഫ് അക്കൗണ്ടന്റിന്റെ പേർക്കു മാത്രമേ എം ഓ അയക്കാവൂ. അതും ലാസ്റ്റ്മൊമെന്റിൽ നിങ്ങൾ പണം അങ്ങനെ എം ഓ അയക്കരുത്. അവർക്ക് ഞങ്ങളെ അറിയിക്കാനുള്ള സാവകാശം ലഭിക്കണം."

"അതിനു ലാസ്റ്റ് മൊമെന്റിലാണല്ലോ ഡിസ്കണക്ഷൻ നോട്ടീസ് ഞങ്ങൾക്കുകിട്ടുന്നത്."

"അപ്പോ കൗണ്ടറിൽചെന്നു രൂപ അടയ്ക്കണമായിരുന്നു. അല്ലാത്തപക്ഷം എനിക്ക് ചെക്ക് അയച്ചിരിക്കാം".

"അതൊന്നും എനിക്കറിഞ്ഞുകൂടാ. ഞങ്ങൾ രൂപ അടച്ചു".

"പക്ഷെ, നിങ്ങൾ അയക്കേണ്ട ആൾക്ക് അയച്ചില്ലല്ലോ. മണിയോർഡർ ഞങ്ങളുടെ ഓഫീസിൽനിന്നും റെഫ്യൂസ് ചെയ്ത് നിങ്ങൾക്കുതന്നെ തിരിച്ചുവരും..."

"നിങ്ങളും നിങ്ങളുടെ റൂളും...! രൂപ അടച്ചിട്ടും ഡിസ്കണക്ഷനോ...?"

കോപത്തോടെ ഫോൺ താഴെവയ്ക്കുന്ന ശബ്ദം!

രാജശേഖരനു വിയർക്കുന്നുണ്ടായിരുന്നു.

അഞ്ച്

കുട്ടികളെ സ്കൂളിലേക്കയച്ചിട്ട് മാലതി വീട്ടിനുള്ളിലേക്കുവരുന്നു. കൂടെ, കണ്ണനെ തൂക്കിയെടുത്ത് കൊഞ്ചിച്ചുകൊണ്ട് അവളുടെ അച്ഛനും.

"ആ വളപ്പുമുഴുവനും അളന്നു കല്ലിട്ടുകഴിഞ്ഞു".

ഇതുപറഞ്ഞുകൊണ്ട് അങ്ങേർ ഇരുന്നു.

മാലതി രാജശേഖരനെ നോക്കി.

അയാൾ ഒന്നും മിണ്ടുന്നില്ല.

"പതിനഞ്ചുസെന്റുവച്ച് അഞ്ചുപ്ലോട്ടായി തിരിച്ചിരിക്കുന്നു. ആദ്യത്തെ പ്ലോട്ട് കുഴി. രണ്ടാമത്തെ പ്ലോട്ടും കുറച്ചു കുഴിയിൽത്തന്നെയാണ്. എന്നാലും വീടുവയ്ക്കാൻ പറ്റിയതാണ്. അതിന്റെയടുത്ത രണ്ടു പ്ലോട്ടും രേവതിക്ക്. അവൾക്കു സ്ത്രീധനം പറഞ്ഞതു മുപ്പതുസെന്റല്ലേ? ആ അറ്റത്തെ ഭാഗം നിങ്ങൾക്കുവേണ്ട, അവിടെ അടുത്ത വളപ്പുകാരൻ വഴിക്കുവേണ്ടി നമ്മുടെ സ്ഥലത്തിൽ കുറേ ഉപയോഗിച്ചുകൊണ്ടിരിക്കുന്നതുകൊണ്ട് കോർട്ടിൽ ഒരു കേസ് നടക്കുകയാണ്. ഏതിനും നിങ്ങൾ പോയിനോക്കി നിങ്ങൾക്കു ഇഷ്ടമുള്ളതുചൂസ്ചെയ്യിൻ".

മാലതിയുടെ ഇളയതാണു രേവതി, അടുത്തയിടക്കു അവളുടെ വിവാഹം നടന്നിരുന്നു.

അയാൾക്കു വിറുവിറെന്നു കോപംവന്നു. എന്നാലും അതടക്കി.

"അങ്ങനെയാണെങ്കിൽ ഇതിൽ ചോയിസ്സിന്റെ ക്വസ്റ്റ്യനേ ഇല്ലല്ലോ. ആദ്യത്തെ പ്ലോട്ട് കുഴി. ഒടുവിലത്തെ പ്ലോട്ട് കേസ്സിൽ കിടക്കുന്നു. നല്ല പ്ലോട്ടുകളായ മൂന്നുംനാലും രേവതിക്കെന്നു തീരുമാനിച്ചുകഴിഞ്ഞു. പിന്നെ ആകെ ബാക്കിയുള്ളതുരണ്ടാമത്തെ പ്ലോട്ടല്ലേ. അതിലും കുറെ കുഴിയുണ്ടെന്ന് നിങ്ങൾതന്നെ സമ്മതിക്കുന്നു. എനിക്കു പിടിച്ചാലും ഇല്ലെങ്കിലും അത് ഞാൻ എടുത്തേതീരൂ. അങ്ങനെ നിങ്ങൾതന്നെ എല്ലാം ചൂസു ചെയ്ത് ഭാഗം വച്ചിരിക്കുകയാണ്. പിന്നെ എന്തിനാണ്

എന്നോടു ചോയിസ്സിനെപ്പറ്റി പറയുന്നത്?"

"അതല്ല, രേവതിയുടെ അടുക്കലും, ഭർത്താവിന്റെയടുക്കലും ആ ഭാഗം അവർക്കുകൊടുക്കാമെന്നു നേരത്തേതന്നെ ഞാൻ വാക്കുകൊടുത്തിരിക്കുകയാണ്."

"അപ്പോ മാലതിയുടെ അമ്മാവന്റെയടുത്തും ഭർത്താവിന്റടുത്തും കൊടുത്തവാക്ക്...?"

"ഇതാണു നിങ്ങടെയടുത്തു ഞാൻ ഒന്നുമേ സംസാരിക്കാൻ വരാത്തത്. നിങ്ങൾക്കു വർത്തമാനം പറയാൻ അറിഞ്ഞുകൂട!"

"കല്യാണംകഴിച്ച അന്നുമുതൽ നിങ്ങൾ പറയുന്ന ആക്ഷേപം ആണല്ലോ ഇത്...ശരി, ശരി ഇതു സംബന്ധിച്ച് നമുക്കു തമ്മിൽ ഇനിയും ശണ്ഠയുണ്ടാകണ്ട. അന്ന് അപ്പാ വന്നു പറഞ്ഞിട്ടാണല്ലോ സന്ധിപറഞ്ഞുസമ്മതിപ്പിച്ചത്. നിങ്ങൾ അപ്പാവിനെ വിളിച്ചുകൊണ്ടുപോയി വളപ്പുകാണിക്കണം. അപ്പാ പറയുന്നതു ഞാൻ അനുസരിക്കാം. ശരിയല്ലേ?"

അയാൾ റേഡിയോ ഓഫ് ചെയ്ത് പൂജാമുറിയിൽചെന്നു. കണ്ണൻ "പ്പാ...പ്പാ..." എന്ന് ഓടിവന്ന് കാലിൽ കെട്ടിപ്പിടിച്ച് ആ മുറിയിലെ ലൈറ്റ്സ്വിച്ച് ചൂണ്ടിക്കാണിച്ചു. അവനെ തൂക്കിയെടുത്ത് അതിനു നേർക്കു കാണിച്ചപ്പോൾ പല്ലുകടിച്ചുകൊണ്ട് എങ്ങനെയോ അവൻ സ്വിച്ചിട്ടു.

താഴത്തു നിർത്തിയപ്പോൾ മേൽത്തട്ടു ചൂണ്ടിക്കാണിച്ചു. അവിടെയിരുന്ന ഭസ്മപ്പാത്രം എടുത്ത് ദൈവമേ എന്നു മനസ്സിൽ വിചാരിച്ചുകൊണ്ട് തന്റെയും കണ്ണന്റെയും നെറ്റികളിൽ ഭസ്മംപൂശി.

പിന്നീട് ദൈവങ്ങളുടെ പടങ്ങൾക്കു മുമ്പിൽ ചന്ദനത്തിരി കൊളുത്തിവെച്ചു. അയാളുടെ കൈയിലിരുന്ന തീപ്പെട്ടി കണ്ണൻ പിടിച്ചുവാങ്ങി. ചെമ്പരത്തിപ്പൂക്കൾ എടുത്ത് എല്ലാപടങ്ങളിലും വച്ചിട്ട് അയാൾ കണ്ണുകൾ അടച്ചു. പക്ഷെ, ഈശ്വരചിന്ത അയാളുടെ മനസ്സിൽ പതിയാതെ ഒളിച്ചുകളിക്കയാണുചെയ്തത്...!

ട്രഞ്ചുമൂടണം...!

ഹോളിഡേപോസ്റ്റിംഗ് എങ്ങനെയുണ്ടാവുമോ...!

ഗീത ഇന്നും ടീച്ചറുടെ കൈയിൽനിന്നും അടിവാങ്ങിയിരിക്കുമോ...?

രേണുകാ മുഖർജി എത്ര കോപത്തോടെയാണു ചീറിയത്...?

മാലതിയുടെ അച്ഛന് അവളോടുമാത്രം എന്താണ് ഇങ്ങനെ ഒരു വഞ്ചന?

എന്താണു മനുഷ്യരൊക്കെ ഇങ്ങനെയാവുന്നത്? താൻ ഒരു മനുഷ്യസ്നേഹിയല്ലേ? ഇക്കണക്കിനു തനിക്ക് എങ്ങനെയാണു മനുഷ്യരെക്കുറിച്ചു അഭിമാനിക്കാൻ കഴിയുക?

ഈശ്വരാ...

കണ്ണനെ സ്വിച്ചിനു നേർക്കു പിടിച്ചു ലൈറ്റ് അണച്ചിട്ട് പൂജാമുറിയിൽ നിന്നും പുറത്തുവന്നപ്പോൾ അയാളുടെ അമ്മാവൻ അവിടെ ഇല്ല.

വീണ്ടും റേഡിയോ ഓൺചെയ്ത് കസേര വലിച്ചിട്ടിരുന്നപ്പോൾ മാലതി പ്ലേറ്റിൽ ഇഡ്ഡലി കൊണ്ടുവന്നു.

കണ്ണൻ അടുത്തുവന്നിരുന്നു.

"ഒരെണ്ണം എടുത്തേക്ക്..."

"മൂന്നല്ലേ വച്ചിട്ടുള്ളൂ. അതും ചെറിയ ഇഡ്ഡലി".

"വെറുതേ തർക്കിക്കാതെ...വിശപ്പില്ല...രണ്ടുമതി".

അവൾ പ്ലേറ്റിൽനിന്നും ഒരെണ്ണം എടുത്തുകൊണ്ടുപോയി.

കണ്ണനും കൊടുത്ത് താനും തിന്നുകൊണ്ടിരിക്കേ അയാൾ നിശ്ശബ്ദം മാലതിയെ നോക്കി.

"അപ്പാ എന്നോടും ദേഷ്യപ്പെട്ടിട്ടാണു പോയത്".

ഒന്നും പറയാതെ അവളെത്തന്നെ നോക്കിക്കൊണ്ടിരുന്നു.

അവളുടെ കണ്ണുകൾ നിറയുന്നതുകാണാം.

"ഇങ്ങനെ ഏതുകാര്യത്തിനും അപ്പാ എന്നോടു പക്ഷഭേദം കാണിക്കുന്നതു ശരിയല്ലെന്നു ഞാൻ പറഞ്ഞു..."

"ഊം...ഊം...എല്ലാം എന്റെ തലയിലെഴുത്ത്. അതാണു ഞാൻ ഒന്നും പറയാത്തത്...പറഞ്ഞാൽ രേവതിയുടെ കല്യാണത്തിനുമുമ്പു നടന്നതുപോലെയാവും"

അതോടെ ആ വർത്തമാനം നിന്നു. പ്രാതൽ കഴിഞ്ഞ് കൈ കഴുകിയശേഷം ലൈറ്റ് ഇട്ട് ഒന്നുകൂടെ തലചീകി. മുഖത്തു ഘനീഭവിച്ചിരുന്ന വ്യഥകളെ പൗഡർകൊണ്ടു മറയ്ക്കാൻ കഴിഞ്ഞില്ല എന്നതു കണ്ണാടിയിലൂടെ വ്യക്തമായി.

ഡ്രസ്ചെയ്തിട്ടു കാലിൽ സോക്സ് ഇട്ടുകൊണ്ടിരിക്കെ കണ്ണൻ ഷൂസ് പണിപ്പെട്ടെടുത്തുകൊണ്ട് ഓടി.

"ഡേയ്...ഡേയ്...ഷൂസ് ഇങ്ങുതാ..."സോക്സുമാത്രമിട്ട പാദങ്ങളോടെ അയാൾ പിന്നാലെ ഓടി. നല്ല വാക്കുകൾപറഞ്ഞ് അവന്റെ കൈയിൽനിന്നും ഷൂസ് വാങ്ങുന്നതിനകം മതിയേ മതി എന്നായിപ്പോയി.

ഷൂസ് ധരിച്ചുകഴിഞ്ഞപ്പോൾ മാലതി തമ്പ്ളറിൽ ചൂടുവെള്ളം കൊണ്ടുവന്നു. അൽപ്പം വെള്ളം ബാക്കിയിരിക്കേ തമ്പ്ളർ അയാളുടെ കൈയിൽനിന്നും കണ്ണൻ വാങ്ങി. അവനോടു "റ്റാ...റ്റാ"പറഞ്ഞു തിടുക്കത്തിൽ ഇറങ്ങിയപ്പോൾ കൂടെ വരാൻവേണ്ടി കണ്ണൻ വാശിപിടിച്ച് കരയാൻ ആരംഭിച്ചു.

അയാൾ മുറ്റത്തിറങ്ങി സ്കൂട്ടർ സ്റ്റാർട്ട് ചെയ്തുകൊണ്ടിരുന്നപ്പോൾ, മാലതിയുടെ കൈപിടിച്ചുകൊണ്ട് പിഞ്ചുകാലുകൾ തറയിൽ ഊന്നി കണ്ണൻ അവിടെ ഓടിയെത്തി. സ്കൂട്ടർ സ്റ്റാർട്ടുചെയ്യുന്നതായി അവനും കാലുയർത്തി തൊഴിച്ച് അഭിനയിച്ചതുകണ്ടപ്പോൾ അയാൾക്കു ചിരിക്കാതിരിക്കാൻ കഴിഞ്ഞില്ല.

സ്റ്റാർട്ടായ ഉടൻ അവൻ മേലോട്ടു ചൂണ്ടിക്കാണിച്ച് ഒച്ചവയ്ക്കാൻ തുടങ്ങി. പതിവുള്ള ആ അടയാളം എന്തിനാണെന്നറിഞ്ഞ മാലതി അവനെ കൈയിലെടുത്ത് സ്കൂട്ടറിനു മുമ്പിൽ കാണിച്ചപ്പോൾ അവൻ തന്റെ പിഞ്ചുകൈകളാൽ ഹോൺ അമർത്തി. കീ...കീ...എന്ന് അത് തുടർച്ചയായി ശബ്ദിക്കുന്നതുകേട്ട് അവിടവിടെ മുളച്ചുതുടങ്ങിയ തന്റെ പല്ലുകളെ കാണിച്ച് അവൻ അഴകായി ചിരിച്ചു.

പെട്ടെന്ന് അയാൾക്ക് അന്നത്തെ ജോലികൾ ഓർമവന്നു.

"ശരി...ശരി...അവനെ എടുക്ക്...നേരമായി ഞാൻ പോട്ടെ..."മാലതിയോട് ഇങ്ങനെ പറഞ്ഞ് കരച്ചിൽ മാറ്റാൻ ഒരുപ്രാവശ്യം സീറ്റിൽ അവനെ ഇരുത്തിയിട്ട് എടുത്ത് മാലതിയുടെ കൈയിൽകൊടുത്തു. കരയാൻ തുടങ്ങിയ കണ്ണനെയുമെടുത്തുകൊണ്ട് അവൾ അകത്തുപോയി.

അയാൾ സ്കൂട്ടർ റോഡിൽ ഇറക്കി–മുകളിൽ, ജന്നലിൽനിന്നുകൊണ്ട്, അയാൾ സ്കൂട്ടറിൽ പോവുന്നതുനോക്കി കണ്ണൻ ഒച്ചവയ്ക്കുന്നതു കേൾക്കാം.

ഡിവിഷൻഓഫീസിലേക്കു പാഞ്ഞുകൊണ്ടിരിക്കവേ അയാളുടെ നെഞ്ചിൽ എത്രയോ വിഷമതകൾ നിറഞ്ഞുകവിയുന്നുണ്ടായിരുന്നു. എങ്കിലും വീഥിയിൽതാറുമാറായി ഓടിക്കൊണ്ടിരുന്ന വാഹനങ്ങളും ജനസഞ്ചാരവും അയാളുടെ ശ്രദ്ധയെ കാടുകയറാതെ റോഡിൽത്തന്നെ ഏകാഗ്രമാക്കി.

എന്നിട്ടും, എട്ടുവർഷങ്ങൾക്കുമുമ്പ് തന്റെയും മാലതിയുടെയും വിവാഹം നടന്നപ്പോൾ അവൾക്കു കൊടുക്കാമെന്നു സമ്മതിച്ചിരുന്നതു രേവതിയുടെ കല്യാണത്തിനു മുമ്പെങ്കിലും നിറവേറ്റണമെന്ന് അയാൾ പറഞ്ഞത് എങ്ങനെയോ അറിഞ്ഞിട്ട് രേവതിയുടെ കല്യാണം നിശ്ചയിച്ചിരുന്ന സന്ദർഭത്തിൽ ഒരു ദിവസം തന്റെയടുക്കൽ വന്ന അമ്മാവൻ, "ഞാൻ ഇപ്പോൾ ഈ കല്യാണം എങ്ങനെയാണു നടത്തുന്നതെന്നു വിഷമിച്ച് ഓടിക്കൊണ്ടിരിക്കുമ്പോൾ നിങ്ങളും ഇങ്ങനെ തുടങ്ങിക്കളഞ്ഞാൽ..."എന്നു പറഞ്ഞുതുടങ്ങിയത്, താൻ അതിനു മറുപടിപറഞ്ഞത്, ഒടുവിൽ വാക്കുകൾക്കു കനംകൂടി അങ്ങേർ കോപിച്ച് കൈയിലിരുന്ന താക്കോൽക്കൂട്ടം തന്റെ മുമ്പിൽ വീശിയെറിഞ്ഞിട്ട് കലിതുള്ളിക്കൊണ്ട് "ഞാനും ഈ ചാലക്കടയിൽത്തന്നെ നാൽപ്പതുകൊല്ലമായിട്ടു താമസിക്കുന്നു. ചാലക്കടബുദ്ധി കാണിക്കാൻ എനിക്കും അറിയാം..."എന്നുപറഞ്ഞുകൊണ്ടുചാടിപ്പോയത്. കുറെക്കഴിഞ്ഞ് കോപം തണുത്തശേഷം രമ്യമാകാൻ തന്നെ തേടിവന്നപ്പോൾ "ഇനി നിങ്ങളോട് എനിക്കു വർത്തമാനമില്ല" എന്നുപറഞ്ഞ് അങ്ങേരുടെ മുഖത്തുനോക്കാൻപോലും മടുത്തുകൊണ്ട് താൻ ഇറങ്ങിപ്പോന്നത്. പിന്നീട് രാത്രി രണ്ടുമണിക്ക് തന്റെ അച്ഛനേയും കൂട്ടി വീട്ടിൽവന്നു തന്നോടു രാജിയായത്. തന്റെ പിതാവിനെ അനുസരിക്കാതിരിക്കാൻ കഴിയാത്തതിനാൽ അമ്മാവൻ മുമ്പുപറഞ്ഞതൊക്കെ അന്തരംഗത്തിലൊതുക്കിയിട്ട് രേവതിയുടെ കല്യാണത്തിനു കുടുംബത്തോടെ താൻ പങ്കെടുത്തത് തുടങ്ങിയ കാര്യങ്ങൾ അയാളുടെ മനസ്സിൽ മിന്നിമറഞ്ഞുകൊണ്ടുതന്നെയിരുന്നു.

ആറ്

ആദ്യം സബ്ഡിവിഷനിലാണുചെന്നത്. പോറ്റി അയാളെ പ്രതീക്ഷിച്ചിരിക്കയായിരുന്നു.

"എക്സിക്യൂട്ടീവ് എഞ്ചിനീയറോടു ഞാൻ സംസാരിച്ചുകഴിഞ്ഞു. ടെമ്പററി അഡ്വാൻസ് ഇല്ല. എന്നാൽ ലോക്കൽഓർഡർ റെഡി...അത് താൻ പോവുമ്പോൾ തന്നെ വാങ്ങിക്കൊണ്ടു പൊയ്ക്കോ...എങ്ങനെയും കോൺട്രാക്ടറെക്കൊണ്ട് ഇഷ്ടികയും മണലും സപ്ലൈ ചെയ്യിക്ക്...നാളെത്തന്നെ ബില്ലിട്ട് മെഷർചെയ്ത് അയച്ചേക്ക്. ഉടൻതന്നെ പാസ്സാക്കി മറ്റന്നാൾ പണം കൊടുത്തേക്കാം..."

ഫോണിൽ സംസാരിച്ചത് അങ്ങേർ ഒരിക്കൽക്കൂടെ നേരിട്ടും പ്രക്ഷേപണം ചെയ്തു. അങ്ങേരോടു തർക്കിക്കുന്നതിൽ അർഥമില്ലെന്നുകരുതി അയാൾ അവിടെനിന്നും വിടവാങ്ങി.

നേരെ ഡിവിഷൻ ഓഫീസിൽ ചെന്ന് ഡിവിഷൻ അക്കൗണ്ടന്റിന്റെ പക്കൽനിന്നും ലോക്കൽഓർഡർ വാങ്ങിയിട്ട് എക്സിക്യൂട്ടീവ് എഞ്ചിനീയറുടെ മുറിയിലേക്കുകയറി.

"ശരി...പോറ്റി എല്ലാം പറഞ്ഞിട്ടുണ്ടാവും...ലോക്കൽഓർഡർ കിട്ടിയില്ലേ...എങ്ങനെയും രണ്ടു ദിവസത്തിനകം ട്രഞ്ചു മുടിയേക്കണം".

"യേസ് സാർ"

"പിന്നെ...അടുത്തമാസം ഇവിടെവച്ചു നടക്കാനിരിക്കുന്ന ആ ആൾ ഇന്ത്യാ പവർ ആൻഡ് ഇറിഗേഷൻ സോണൽ മീറ്റിംഗിന്റെ റിസപ്ഷൻ ആൻഡ് അക്കോമഡേഷൻ ഒക്കെയും എന്റെ ചുമതലയിൽ വിട്ടിരിക്കുകയാണെന്നു ഞാൻ അന്നേ പറഞ്ഞിട്ടുണ്ടല്ലോ..." എന്നുപറഞ്ഞിട്ട് ഒരു ഫയൽ അയാളുടെ നേർക്ക് അങ്ങേർ എടുത്തിട്ടു.

"ഒരു ഡെലിഗേറ്റ്–ആസ്സാമിൽ ഉള്ള ഒരു സൂപ്രണ്ടിംഗ് എഞ്ചിനീയർ–കുടുംബത്തോടെ ഇങ്ങോട്ടുവരുന്ന തീയതി അറിയിച്ചുകൊണ്ടു

കത്തെഴുതിയിട്ടുണ്ട്. അങ്ങേർക്ക് റിട്ടേൺ ഫ്ളൈറ്റ് ഏർപ്പാടുചെയ്യണം എന്നും എഴുതിയിട്ടുണ്ട്. അതു നോട്ടുചെയ്തുകൊള്ളൂ!...മറ്റുഡെലിഗേറ്റ്സിന്റെ ടെലഗ്രാം, കത്തുകൾ ഇവയൊക്കെ അടിക്കടിവന്നുകൊണ്ടിരിക്കും. താൻ എന്നും ഇവിടെവന്ന് അന്വേഷിച്ചു നോട്ടുചെയ്തേക്കണം... മേനോൻസാർ പറഞ്ഞതിരിക്കട്ടെ. റെസ്റ്റ്ഹൗസ്, ഗസ്റ്റ്ഹൗസ് മുതലായ ഗവണ്മെന്റുബംഗ്ലാവുകളിലും ബാർഅറ്റാച്ച്ഡ് ആയ ചില ലോഡ്ജുകളിലും കുറച്ചു റൂമുകൾ ഏതിനും ഇപ്പോൾത്തന്നെ റിസർവ്ചെയ്തേക്ക്. പിന്നീട്, മറന്നുപോകാതെ, അവർ വരുന്ന തീയതികളിൽ റെയിൽവേ സ്റ്റേഷൻ, ഏറോഡ്രോം ഇവിടെയൊക്കെ പോയി അവരെ റിസീവ് ചെയ്ത് അവർക്ക് അലോട്ടുചെയ്തിട്ടുള്ള റൂമുകളിൽക്കൊണ്ടുപോയി അക്കോമഡേറ്റ്ചെയ്യേണ്ടതും തന്റെ ചുമതലയാണ്..."

അയാൾക്കു തലചുറ്റി.

"സർ...അതിനുവെഹിക്കിൾസ്..."

"അതെ...നമ്മുടെ ഡിപ്പാർട്ടുമെന്റുവണ്ടികൾ ഒന്നും വിശ്വസിക്കണ്ട... അതിന്റെയൊക്കെ അപാരഓട്ടത്തെക്കുറിച്ച് തനിക്കുതന്നെ അറിയാമല്ലോ...! ടാക്സിയേതെങ്കിലും പിടിച്ചേക്ക്...!"

"സർ...അതിനു വാടക..."മനസ്സിനകത്തു മാത്രമാണ് ആ ചോദ്യം ചോദിക്കാൻ കഴിഞ്ഞത്.

ആ ഫയലിൽ ഉണ്ടായിരുന്ന പ്രധാന വിവരങ്ങൾ തന്റെ ഡയറിയിൽ കുറിച്ചിട്ട് മുറിയിൽനിന്നും പുറത്തിറങ്ങിയപ്പോൾ അയാളുടെ നെഞ്ചിലെ ഭാരം അങ്ങോട്ടു കയറുമ്പോഴുണ്ടായിരുന്നതിനെക്കാൾ എത്രയോ വർധിച്ചിരുന്നു.

വെളിയിൽ, അപ്പു ചെക്കുമായി കാത്തിരിക്കുകയായിരുന്നു. അയാൾ അതുവാങ്ങി തന്റെ ഡയറിയിൽ അതിന്റെ നമ്പരും തീയതിയും കുറിച്ചിട്ട്, അതിന്റെ മറുവശത്ത് 'റിസീവ്ഡ് ദി കണ്ടന്റ്സ്, പ്ലീസ് പേ ദി എമൗണ്ട് റ്റു അപ്പു' എന്നെഴുതി ഒപ്പിട്ട് അവന്റെ കൈയിൽ കൊടുത്തു.

മനഃക്ലേശത്തോടെ സ്കൂട്ടറിൽ ഓഫീസിൽ പൊയ്ക്കൊണ്ടിരിക്കേ, പെരിയശാഖ കോളേജിനുസമീപം ട്രാൻസ്ഫോർമർ എറക്ഷൻ ജോലി നടന്നുകൊണ്ടിരിക്കുന്നതോർമ്മവന്നു. സ്കൂട്ടർ അങ്ങോട്ടു തിരിച്ചു.

രണ്ടാഴ്ചയ്ക്കുമുമ്പ് ഒരു ദിവസം എക്സിക്യൂട്ടീവ് എഞ്ചിനീയർ ഫോണിൽ വിളിച്ചു ചോദിച്ചു:

"പെരിയശാലയിൽ നമ്മുടെ ചീഫ് എഞ്ചിനീയറുടെ വീട്ടിൽ വോൾട്ടേജ് വളരെ കുറവായിട്ടാണിരിക്കുന്നതെന്ന് അദ്ദേഹം കംപ്ലെയിന്റു ചെയ്തിട്ടുണ്ടോ?"

"സാർ...അവിടെ അദ്ദേഹത്തിന്റെ വീട്ടിൽ ഇപ്പോൾ നല്ല വോൾട്ടേജ് ഉണ്ട് സർ...അടുത്തുള്ള ഒരു ട്രാൻസ്ഫോർമറിൽനിന്ന് ഒരു സെപ്പറേറ്റു ഫീഡർ എടുത്ത് അദ്ദേഹത്തിന്റെ വീട്ടിലേക്കു കൊടുത്തിട്ടുണ്ട് സാർ..."

"അദ്ദേഹത്തിന്റെ വീട്ടിലേക്കുമാത്രമല്ല...അതിനടുത്തൊരു സ്കൂട്ടർഫാക്ടറി ഉണ്ടല്ലോ, അവിടെ വോൾട്ടേജ് എങ്ങനെ?"

"അതു ത്രീഫേസ് സപ്ലൈ ആണുസർ...അതിന് അവിടെ ഇപ്പോൾ ഉള്ള ട്രാൻസ്ഫോർമർ മാറ്റിയിട്ട് കപ്പാസിറ്റി കൂടിയ വേറൊന്നു വയ്ക്കാതെ പറ്റുകയില്ല സർ..."

"ഇപ്പോൾ അവിടെ ഉള്ളതിന്റെ കപ്പാസിറ്റി എത്ര?"

"നൂറ്റിഅമ്പതു കെ വി എ. അതു മാറ്റിയിട്ട് ഇരുനൂറ്റിഅമ്പതു കെ വി എ ഉള്ള ഒരു ട്രാൻസ്ഫോർമർ എങ്കിലും വച്ചാൽ അവിടെയുള്ള എല്ലാ കൺസ്യൂമേഴ്സിന്റെ വോൾട്ടേജും ഇമ്പ്രൂവ് ചെയ്യും."

"ഇരുനൂറ്റിഅമ്പതു കെ വി എ ട്രാൻസ്ഫോർമർ ഇപ്പോൾ നമ്മുടെ സ്റ്റോക്കിൽ ഇല്ല. ഒരു കാര്യം ചെയ്യ്. ബൈ ദ ബൈ...പെരിയശാല ട്രാൻസ്ഫോർമർ പോയിന്റിൽ നിന്നും ചീഫിന്റെ വീട്ടിലേക്ക് എന്തു ദൂരം ഉണ്ട്?"

"ഇരുനൂറു മീറ്റർ കാണും സർ..."

"അത്രേ ഉള്ളോ? ഫിഫ്ടി എം എം അണ്ടർഗ്രൗണ്ട് ടോർപിഡോ കേബിളിൽ ചീഫ് എഞ്ചിനീയറുടെ വീടിനുമുമ്പിൽ ഒരു ടേപ്ലൈൻ ഇട്ട് അവിടെ ഒരു നൂറു കെ വി എ ട്രാൻസ്ഫോർമർ വയ്ക്കാൻ ഇന്നുതന്നെ ഒരു എസ്റ്റിമേറ്റു തയ്യാറാക്കി അയച്ചേക്ക്. നൂറു കെ വി എ ട്രാൻസ്ഫോർമർ ഒരെണ്ണം വന്നിട്ടുണ്ട്. ഉടനേതന്നെ തനിക്ക് അത് അലോട്ടുചെയ്തേക്കാം..."

അങ്ങനെയാണ് ഈ ജോലി പെട്ടെന്നുചെയ്തത്. എന്നാൽ ചീഫ് എഞ്ചിനീയറുടെ വീടിനുമുമ്പിൽ, പെരിയശാല കോളേജിനു സമീപമുള്ള യാർഡിൽ ആ ട്രാൻസ്ഫോർമർ കൊണ്ടുവന്നുവച്ച് ചാർജ്ചെയ്ത് മൂന്നാംദിവസം അതു പൊട്ടിത്തകർന്നു, കേടുവന്ന അതു മാറ്റിയിട്ട് ബോർഡിലെ വർക്ക്ഷോപ്പിൽനിന്നും റിപ്പയർചെയ്തുകൊണ്ടുവന്ന മറ്റൊരെണ്ണം അവിടെവച്ചു. രണ്ടാംദിവസം രാവിലെ ആറുമണിയോടുകൂടി അയാൾക്കു ചീഫ് എഞ്ചിനീയറുടെ ഫോൺകോൾ കിട്ടി.

"ആര്...? രാജശേഖരനോ...? ഇവിടെ എന്റെ ഷേവ് പകുതിയിൽ നിൽക്കുന്നു...സപ്ലൈ ഇല്ല..."

"അങ്ങനെയാണോ സർ...ഉടനെ കിട്ടും സർ..."

സംഭ്രമത്തോടെ പറഞ്ഞിട്ട് ഓഫീസിലേക്കു ഫോൺചെയ്ത് ലൈൻമാനെ അങ്ങോട്ടുപോകാൻ പറഞ്ഞു; "സാറെ, ട്രാൻസ്ഫോമറിലെ ഫ്യൂസ്പോയി...അതുകെട്ടുമ്പോ ഫോർമാനോ സാറോ അടുത്തുണ്ടായിരിക്കണമെന്നാണു ചട്ടം...ഇപ്പോ ഫോർമാനെ എവിടെ തേടാനാണു സാർ?"

"നീ മുമ്പേ പോ...ഞാൻ ഇതാ എത്തിക്കഴിഞ്ഞു..."

സ്കൂട്ടറിൽ അയാൾ പാഞ്ഞു.

യാർഡിൽ ചെന്നു പരിശോധിച്ചപ്പോൾ ഒരു ചെറിയ സംശയം...ഈ ട്രാൻസ്ഫോർമറും ഫാൾട്ടാണോ? ഏതിനും ലോഡ് മുഴുവനും ഓഫ്ചെയ്തിട്ട് ഫ്യൂസ് കെട്ടിയശേഷം ലിങ്ക്ക്ളോസ് ചെയ്ത് ചാർജ്ചെയ്ത നിമിഷം ഒരു മിന്നൽ! ഒരു വെടിമുഴക്കം! അടുത്തുനിന്നിരുന്ന അയാ

ളുടെ കണ്ണുകൾക്കു അൽപ്പനേരം അന്ധതതോന്നി. ഫ്യൂസ് മൂന്നുംപോയി. ട്രാൻസ്ഫോർമറിനകത്തെ ഓയിൽ 'ഗള ഗള' എന്നു തിളക്കുന്ന ശബ്ദം കേൾക്കുന്നു, അപ്പോൾ ട്രാൻസ്ഫോർമറിലാണ് ഫാൾട്ട്...ലിങ്ക് ഓപ്പൺചെയ്യാൻ ലൈൻമാനോടു പറഞ്ഞുകൊണ്ടിരിക്കേ പിന്നിൽനിന്നു തന്റെ പേർ പറഞ്ഞ് ആരോ വിളിക്കുന്ന ശബ്ദംകേട്ടു. തിരിഞ്ഞുനോക്കുമ്പോൾ ചീഫ് അദ്ദേഹത്തിന്റെ വീട്ടുനടയിൽ നിന്നുകൊണ്ടു കൈകാട്ടിതന്നെ വിളിക്കുന്നതു കാണുന്നു. അങ്ങോട്ടു ഓടിച്ചെന്നപ്പോൾ "എന്തായിത്? വലിയ ഫ്ളാഷ്ഓവർ ഉണ്ടായിരുന്നല്ലോ, സേഫ്റ്റി ഡിവൈസ് ഒന്നും ഇല്ലാതെ താൻ ഇങ്ങനെ ട്രാൻസ്ഫോർമറിനടുത്തുപോയി നിന്നാൽ?" എന്നു ശാസിച്ചു.

"അല്ല സർ...ട്രാൻസ്ഫോർമറിലാണ് ഫാൾട്ട്, ഇനി ഇതുമാറ്റിവയ്ക്കാതെ മാർഗമില്ല".

"ഇതു രണ്ടാമത്തെ ട്രാൻസ്ഫോർമർ അല്ലേ?"

"ആണുസർ...നമ്മുടെ വർക്ക്ഷോപ്പിൽനിന്നു റിപ്പയർ ചെയ്ത് ഓയിൽ ഫിൽട്ടർ വച്ചുവന്നിരുന്നത്...!"

"എന്താ പുതിയ ട്രാൻസ്ഫോർമർ ഒന്നും സ്റ്റോക്ക് ഇല്ലേ...?"

"ഇവിടെ ഡിവിഷൻ സ്റ്റോറിൽ ഇല്ല...സർ..."

"എടുക്കുമ്പോൾ താൻ ഇതുടെസ്റ്റു ചെയ്ത് നോക്കിയില്ലേ...?"

"നോക്കിയിട്ടാണ് സർ എടുത്തത്...നല്ല റീഡിംഗുണ്ടായിരുന്നു. രണ്ടുദിവസം കുഴപ്പംകൂടാതെ ഇവിടെ വർക്ക്ചെയ്തുകൊണ്ടുമിരുന്നു."

"ആട്ടെ...ഇനിയിപ്പോ ഒന്നുംചെയ്യണ്ട".

"ശരി സർ...സാറിനു ആൾട്ടർനേറ്റു ഫീഡിൽ സപ്ലൈ തരാൻ ഏർപ്പാടുചെയ്തിട്ടുപോകാം സർ..."

അങ്ങനെ രണ്ടാമത്തെ ട്രാൻസ്ഫോർമറും മാറ്റപ്പെട്ട് ഇപ്പോൾ മൂന്നാമതൊരെണ്ണം അവിടെ കൊണ്ടുവച്ച് തകർപ്പൻ പണി നടക്കുകയാണ്. ഇതെങ്കിലും രക്ഷപ്പെടുമോ എന്തോ?

ഏഴ്

അയാൾ പെരിയശാലയിൽപോയി ചേർന്നപ്പോൾ ഫോർമാൻ സുകേശൻനായരുടെ മേൽനോട്ടത്തിൽ 'കൊണ്ടുപിടിച്ചുള്ള' പണി നടക്കുന്നുണ്ടായിരുന്നു.

ട്രാൻസ്ഫോർമറിനു മുൻവശത്തുള്ള പലകയിൽ പിടിപ്പിച്ചിട്ടുള്ള വലിയ കട്ട്ഔട്ടിൽ വയറിന്റെ ഇൻസുലേഷൻ നീക്കി കണക്ഷൻ കൊടുക്കുന്ന ജോലിയിൽ ഏർപ്പെട്ടിരിക്കുകയാണു ലൈൻമാൻ. ചുവട്ടിൽ ലൈൻഹെൽപ്പർമാരും നാലഞ്ചു ജോലിക്കാരും തിരക്കിട്ടു പണിയുന്നുണ്ടായിരുന്നു. കേബിൾ ജോയിന്റർ പാച്ചുപിള്ള 'ഗുമ്' എന്നുമുഴക്കത്തിൽ എരിഞ്ഞുകൊണ്ടിരുന്ന എറ്റ്നാബർണർ കൈയിൽ വച്ചുകൊണ്ട് എൻഡുബോക്സ് ശരിയാക്കുന്ന ജോലിയിൽ മുഴുകിയിരിക്കുകയാണ്. രാജശേഖരനെക്കണ്ടപ്പോൾ പല്ലെല്ലാം കാണിച്ചുകൊണ്ട് ഒന്നുതൊഴുതശേഷം "സാറെ ഈ ട്രാൻസ്ഫോർമറ് വെടിതീരൂല്ല–"എന്നുറപ്പിച്ചു പറഞ്ഞു.

"എന്താണു പാച്ചുപിള്ളേ അത്ര ഉറപ്പായിട്ടു പറയുന്നത്?" എന്നു ചോദിച്ചപ്പോൾ സുകേശൻനായരും ചിരിച്ചുകൊണ്ട് അടുത്തുവന്നു.

"അല്ല...സാർ...വല്യ വല്യ ആഫീസറന്മാര് എല്ലാവരും ധിറുതിപ്പെടുത്തിയതുകൊണ്ട് നമ്മൾ സാധാരണ ചെയ്യുന്ന ഒരു ചടങ്ങ്, ഇവിടെ ട്രാൻസ്ഫോർമർ ചാർജ്ചെയ്ത അന്ന് വിട്ടുപോയി". എന്നായി സുകേശൻ നായർ.

"തന്നെ സാറെ, ആ ശിവങ്കോവില് എന്നുപറഞ്ഞാ വളരെ ശക്തിയുള്ളതല്ല്യോ? കറണ്ടോ ഇലക്ട്രിസിറ്റിയോ എന്തരൊക്കെയാണെങ്കിലും ശരി ദൈവത്തിനെ മറന്ന് ഒരു കാര്യവും ചെയ്തുകൂടാ...അതുകൊണ്ട് ഇവനെ ചാർജുചെയ്യുന്നതിനുമുമ്പേ പതിവുപോലെ പൂജനടത്തിയിട്ടേയുള്ളു വേറെ കാര്യം..."

അയാൾ മറുപടി ഒന്നും പറഞ്ഞില്ല. പാച്ചുപിള്ളയുടെ നെറ്റിയിൽ തെളിഞ്ഞിരുന്ന ചന്ദനക്കുറി നോക്കി ചെറുതായൊന്നു ചിരിച്ചു.

"ശരി...ശരി...എങ്ങനെയും ഇന്നു സന്ധ്യക്കുമുമ്പേ ചാർജുചെയ്തേക്കാം...സുകേശൻനായരേ...ഞാൻ ഓഫീസുവരെ പോയി നോക്കിയിട്ടുവരാം. ഇതിനകം ആരൊക്കെ വിളിച്ചോ എന്തോ..."ഇതു പറഞ്ഞുകൊണ്ട് അയാൾ സ്കൂട്ടറിൽ കയറി.

വഴിയിൽ രമാദേവി ഹൈസ്കൂളിനുസമീപം ഇറങ്ങിനോക്കിയപ്പോൾ ജോലിക്കാർ ട്രഞ്ചു ക്ളിയർചെയ്തുകൊണ്ടിരിക്കുന്നതുകണ്ടു. ഓവർസിയർ വേലപ്പൻ കൂടെ നിന്നു മേൽനോട്ടം വഹിക്കുന്നുണ്ട്. "ലോക്കൽ ഓർഡർ കിട്ടിക്കഴിഞ്ഞു. കല്ലിനും മണലിനും കോൺട്രാക്ടറോടു പറഞ്ഞോ?"

"പറഞ്ഞുസാർ...അയാളെ ഒന്നു സമ്മതിപ്പിച്ചെടുത്തപ്പോഴേക്കും മതിയേ മതിയെന്നായിപ്പോയി. ഉച്ചയ്ക്കു സപ്ലേ ചെയ്യും. ഇനി രൂപക്കാണ്..."

"ഇല്ല...എങ്ങനെയും രണ്ടുദിവസത്തിനകം കൊടുത്തുകളയാം...അല്ലാതെ വേറെ വഴിയെന്ത്?"

വർക്ക്സ്പോട്ടിൽ നിന്നും അയാൾ ഓഫീസിൽ എത്തിച്ചേർന്നപ്പോഴേക്കും മണി പതിനൊന്നര ആയിക്കഴിഞ്ഞു. വെളിയിൽ ക്യാഷ്കൗണ്ടറിനു മുന്നിൽ ഡിസ്കണക്ഷൻ ഡേറ്റ് ആയിരുന്നു. അല്ലേ!

വെയിലിൽ അലഞ്ഞ ക്ഷീണത്തോടെ, വിയർപ്പിൽ മുഴുമുഴെ നനഞ്ഞ അയാൾ ഓഫീസ്മുറിയിൽ കയറി കസേരയിൽ ഇരുന്നു. ഫാനിൽനിന്നും പരന്ന കാറ്റ് അയാളെ ആശ്വസിപ്പിച്ചു.

മേശപ്പുറത്തുകെട്ടുകെട്ടായിട്ടുള്ള കടലാസുകൾ 'പട പട'ക്കുന്നുണ്ടായിരുന്നു. ഓരോന്നുമെടുത്ത് ആർക്കാർക്കാണെന്നു മാർക്കുചെയ്ത്, ചെയ്യേണ്ടകാര്യങ്ങൾ റിമാർക്കെഴുതി ട്രേയിലിട്ടുകൊണ്ടിരുന്നു. അയക്കേണ്ട ചില കടലാസുകളിൽ കൈയൊപ്പുമിട്ടു.

പെട്ടെന്നുമേശവലിപ്പിൽനിന്നും ചെക്ക് രജിസ്റ്റർ എടുത്ത് അതിൽ ഡയറി നോക്കി ചെക്ക് നമ്പർ, തീയതി, തുക മുതലായതെഴുതിയിട്ട് അകത്തോട്ടു നോക്കി വിളിച്ചു!

"ഹേമേ..."

"സാർ..." ആദ്യം ശബ്ദവും, പിന്നാലെ തിടുക്കത്തിൽ ക്ളാർക്ക് ഹേമയും അവിടെയെത്തി; കൂടെ മുല്ലപ്പൂവിന്റെ സുഗന്ധവും.

"എന്താണുസാർ...?"

തല ഉയർത്തി അവളെ നോക്കിയപ്പോൾ രാവിലത്തെ മേക്കപ്പിന്റെ പൗഡറും കൺമഷിയും വഴുതിവീഴുന്ന പുതിയ സാരിയും ചോളിയും ഒക്കെച്ചേർന്നു അവളിൽ ഒരു പ്രത്യേക ആകർഷകത്വം നിറച്ചിട്ടുള്ളതായിക്കണ്ടു. എൽ ഐ സി യിലെ ഒരു പ്യൂണാണു ഭർത്താവ്. വിവാഹിതയായി രണ്ടുകുട്ടികളുടെ അമ്മയായിട്ടും തനിക്ക് ഒന്നുമേ അറിയില്ല എന്ന ശിശുത്വത്തിന്റെ പ്രകടനമാണവൾക്ക്.

"എന്താണു സാർ...?"

ഒരു കുലുങ്ങൽ.

ഞെളിയൽ...

ചിരി...

ചുമലിൽ നിന്നും വഴുതിവീണ സാരി തിരികെ ചുമലിലേക്കുതന്നെ ചെല്ലുന്നു.

പെട്ടെന്ന്, അവളെ എന്തിനാണു വിളിച്ചതെന്നത് അയാൾ മറന്നു പോവുന്നു. എങ്കിലും അതോർമ്മിച്ചെടുത്തിട്ട്, "ഓവർടൈം ചെക്കുകിട്ടി...അപ്പു ബാങ്കിലേക്കു കൊണ്ടുപോയിട്ടുണ്ട്...അതിന്റെ ഡീറ്റെയിൽസ് എന്താണ്?" എന്നു ചോദിച്ചപ്പോൾ അവൾ ഇങ്ങോട്ടുതന്നെ ചോദിച്ചു.

"എത്ര രൂപയാണു സാർ...?"

അയാൾ ഡയറി അവളുടെ നേരേനീട്ടി. ഒരു കുട്ടിയെപ്പോലെ തുള്ളിച്ചാടി അവൾ അകത്തുപോയി ഫയലുമെടുത്ത് വന്ന് അയാളുടെ അരികിൽ നിന്ന് വിവരങ്ങൾ പറയാൻ തുടങ്ങി. ചെക്ക് രജിസ്റ്ററിൽ അയാൾ എഴുതുന്നത് നോക്കിക്കൊണ്ട് കുനിഞ്ഞ് അയാളെ തൊട്ടുരുമ്മിനിന്ന് പറഞ്ഞുകൊടുക്കവേ അവളുടെ നിശ്വാസം അയാളുടെ കവിളിൽ പതിച്ച് ഒരു ഉണർവ് അയാളുടെ ഉള്ളിൽ ഉത്ഭൂതമായി പടരുന്നു. എങ്കിലും അത് അടക്കിക്കൊണ്ട്, കുറിക്കേണ്ടതെല്ലാം തിടുക്കത്തിൽ കുറിച്ചിട്ട് ഡയറി അവളുടെ കൈയിൽ കൊടുത്തു.

"റോളിൽ നോട്ടുചെയ്തിട്ട് കൊണ്ടുവരാം സർ..."

ഫയലും ഡയറിയുമായി അവൾ അകത്തേക്കു പോയി.

അയാൾ വീണ്ടും തന്റെ ജോലിയിൽ നിമഗ്നനായി. അൽപ്പം കഴിഞ്ഞ് ഡയറി തിരികെ കൊണ്ടുവന്നുകൊടുത്തിട്ട്, അയാൾ മാർക്കു ചെയ്തു ട്രേയിൽ ഇട്ടിരുന്ന കടലാസുകളും ഒപ്പിട്ടു മേശപ്പുറത്തുവച്ചിരുന്ന ലെറ്ററുകളും എടുത്തുകൊണ്ട് അവൾ മടങ്ങി.

മുറിയിലേക്കു ഒരു വൃദ്ധൻ കയറിവന്നു.

"സാർ...അൽപ്പം ഇരുന്നോട്ടെ?"

"ഇരിക്കണം."കസേര ചൂണ്ടിയിട്ടുപറഞ്ഞു.

"വെയിലു ഭയങ്കരം സാർ...പണമടയ്ക്കാൻ ഇത്രയും നേരം ക്യൂവിൽ നിന്നതുകൊണ്ടു തലചുറ്റുന്നു...സാർ ഒരു ഉപകാരം ചെയ്യുമോ?"

"ഉം...എന്താ വേണ്ടത്?"

"സാറു ദയവുചെയ്ത്, ഈ കൂട്ടമെല്ലാം കുറഞ്ഞിട്ട് എന്റെ പണം അടച്ചു രസീതു വാങ്ങിച്ചുവയ്ക്കണം...പിന്നീട് വൈകിട്ട് സൗകര്യം പോലെ വന്ന് അതു ഞാൻ വാങ്ങിച്ചോളാം. ഇനിയും ഈ വെയിലത്തു ഞാൻ നിന്നാൽ താഴെ വീണുപോവും."

അങ്ങേരുടെ മുഖത്തു നോക്കിയപ്പോൾ പറയുന്നതു സത്യമാണെന്നു ബോധ്യമായി.

"ആവട്ടെ, പണം ശരിയായി വച്ചിട്ടുണ്ടോ?"

"ഉണ്ട് സാർ...കറക്റ്റായിട്ടുണ്ട്."

"എന്നാൽ പിന്നെ നാലുമണിക്കുവന്ന് രസീത് എടുത്തുകൊണ്ടു പോകണം."

"വളരെ ഉപകാരം സാർ..."

വൃദ്ധൻ എണീറ്റുപോയി.

ഫോൺ അടിക്കുന്നു.

"എന്താ? കൺസ്യൂമർ നമ്പർ നാൽപത്തിയെട്ട് പതിനാറോ? ലൈറ്റ് ഇല്ലേ...? ഇപ്പോ ആൾ വരും..." ഫോൺ താഴെ വച്ചിട്ട് കംപ്ലയിന്റ് രജിസ്റ്ററിൽ നമ്പർ എഴുതിയിട്ടു. അതിൽ രേഖപ്പെടുത്തിയിരുന്ന എല്ലാ ഫ്യൂസ്കാളുകളും ഒരു കടലാസിൽ കുറിച്ചെടുത്തുകൊണ്ട് അകത്തേക്കുചെന്നു. അൽപ്പസമയത്തിനുള്ളിൽ ലൈൻമാൻ പരമുവും ഹെൽപ്പർ ലക്ഷ്മണനും സൈക്കിളുകളിൽ പാഞ്ഞു.

എട്ട്

ക്യാഷ് കൗണ്ടറിൽ എന്തോ 'കശപിശ' കേൾക്കുന്നു. ഒരു പുരുഷശബ്ദം കൂടുതൽ കൂടുതൽ ഉയരവേ, ക്യാഷിയർ ശോഭയുടെ ശബ്ദം കൂടുതൽ താണുകൊണ്ടിരുന്നു.

അൽപ്പസമയത്തിനുള്ളിൽ ഒരു ആജാനുബാഹു രാജശേഖരന്റെ മുറിയിലേക്കുവന്നു. കറന്റുചാർജ് അടയ്ക്കാനുള്ള ഇൻവോയ്സ് കൈയിലിരുന്നുവിറയ്ക്കുന്നുണ്ട്.

"സാറെ...പണം അടയ്ക്കാൻ രാവിലെമുതൽ രണ്ടുമണിക്കൂറായി ക്യൂവിൽ നിൽക്കുന്നു. ഈ കൊടുംവെയിലിൽ. ഇപ്പൊ പണം വാങ്ങിക്കാൻ പറ്റൂല്ലാന്ന് കാഷ്യർ പറയുന്നു...ഇതെന്തോന്നാണു സാർ?" അയാളുടെ സ്വരത്തിൽ ക്ഷോഭം.

"ശോഭേ..."

അൽപ്പസമയത്തിനുള്ളിൽ "സാർ..." എന്നുപറഞ്ഞുകൊണ്ട് ആടിയുലഞ്ഞ് അവൾ വരുന്നു. അടുത്തമാസം ഒന്നാംതീയതി മുതൽ മൂന്നുമാസത്തെ മെറ്റേർണിറ്റിലീവിന് ഇന്നലെയാണു അവൾ അപേക്ഷിച്ചത്.

"എന്താണിത്?"

"അല്ല സാർ...ഇങ്ങേരുടെ കൈയിലുള്ള ഇൻവോയ്സിൽ പന്ത്രണ്ടുരൂപ നാൽപതുപൈസ എന്നെഴുതിയിരിക്കുന്നു. നമ്മുടെ കൈയിലുള്ള റെസീപ്റ്റിലാണെങ്കിൽ തുക പതിനഞ്ചുരൂപ എഴുപതുപൈസ... ഇൻവോയ്സിലെ തുകയേ തരുകയുള്ളു എന്നാണ് ഇങ്ങേർ പറയുന്നത്..."

"എനിക്കുസെർവുചെയ്തിട്ടുള്ള ഇൻവോയ്സിലെ എമൗണ്ടല്ലേ എനിക്കു കൊണ്ടുവരാൻ കഴിയൂ...കൂടുതൽ വേണമെന്നു നിങ്ങൾ ഇപ്പോ ചോദിച്ചാൽ ഞാൻ എവിടെപ്പോവും?"

ഇതിനിടയിൽ ക്യാഷ്കൗണ്ടറിൽ ആളുകളുടെ ഒച്ച കേട്ടുതുടങ്ങി.

"അവിടെ എന്താണ്...?"

"ഇന്ന് മധുവന്നിട്ടില്ല. മേരിക്കാണെങ്കിൽ കൈത്തഴക്കം ആയിട്ടി

ല്ല...ഇന്നലെ ഡിസ്കണക്ഷൻ തീയതി ആയതുകൊണ്ട് വലിയൊരുകൂട്ടം...അതൊക്കെക്കൊണ്ടു പണം അടയ്ക്കാൻ വന്നവർ വളരെനേരമാവുന്നു എന്ന് ബഹളം വയ്ക്കുകയാണ്..."

"ശരി...ശരി...ഈ കൺസ്യൂമർ ഡിമാൻഡ് സ്റ്റേറ്റുമെന്റിൽ തുകയെത്രയാണെന്നാണ് ഇട്ടിരിക്കുന്നത്?"

"നോക്കിയിട്ടുവരാം സാർ..."

അവൾ വീണ്ടും ക്യാഷ്റൂമിലേക്കു പോയി. നിറഞ്ഞ വയറോടുകൂടിയ അവളെ വീണ്ടും അങ്ങനെ നടത്തേണ്ടിവരുന്നതിൽ അയാൾക്കു കഷ്ടംതോന്നി.

മുമ്പിൽനിന്നു പൊട്ടിത്തെറിച്ചുകൊണ്ടിരുന്നയാളോട് ഇരിക്കാൻ പറഞ്ഞ് കസേര ചൂണ്ടിക്കാട്ടി. അയാൾ അത് ഒട്ടുംപ്രതീക്ഷിച്ചതല്ല. അയാൾ വളഞ്ഞുപിരിഞ്ഞ് ശങ്കയോടുകൂടി കസേരയുടെ അറ്റത്ത് ഇരുന്നു.

'ഡിമാന്റ് സ്റ്റേറ്റുമെന്റിലും രസീതിൽ ഉള്ള തുകതന്നെ...പതിനഞ്ചു രൂപ എഴുപതുപൈസ..." ശോഭ വീണ്ടും വന്നിട്ടുപറഞ്ഞു.

"ഇതൊക്കെ നിന്റെ അശ്രദ്ധകൊണ്ടാണുവരുന്നത്. ഇൻവോയ്സും റെസീപ്റ്റും ഡെപ്യൂട്ടി ചീഫ് അക്കൗണ്ടന്റിൽനിന്ന് നിന്റെ കൈയിലേക്കുവരുമ്പോൾ നീ ശരിക്കുസോർട്ടുചെയ്യുന്നില്ല...അങ്ങനെ ചെയ്തിരുന്നെങ്കിൽ എന്തെങ്കിലും തെറ്റുള്ളപക്ഷം ആ ഇൻവോയ്സും റെസീപ്റ്റും തിരിച്ചയച്ച് അത് തിരുത്തി വാങ്ങിക്കാമായിരുന്നു...തെറ്റായിട്ടുള്ള ഇൻവോയ്സ് സെർവുചെയ്യാൻകൊടുക്കുന്നതുകൊണ്ടാണല്ലോ ഈ തകരാറ്. ശരി, നീ പോയി ക്യാഷ് കളക്ഷൻ നോക്ക്."

അയാൾ ഇതുപറഞ്ഞപ്പോൾ അവളുടെ മുഖം ചെറുതായി.

പ്യൂൺ കാസിം വന്നു.

"മീറ്റർ റീഡർ ആരെങ്കിലും ഉണ്ടെങ്കിൽ വിളിച്ചോണ്ടുവാ..." അവനെ പറഞ്ഞയച്ചിട്ട് മുന്നിൽ ഇരുന്നയാളോടു സംഗതി വിശദമാക്കി:

"ഈ ഇൻവോയ്സും റെസീപ്റ്റും എഴുതുന്നത് ബില്ലിംഗ് യൂണിറ്റിൽ...അതാണെങ്കിൽ ചീഫ് അക്കൗണ്ടന്റ് ഓഫീസിൽ. ഇവിടെയല്ല, അതുകൊണ്ട് ഇതുതിരുത്തുന്നതിനു എനിക്കധികാരമില്ല".

" മീറ്റർ റീഡിംഗ് എടുക്കുന്നത് ഈ ഓഫീസിൽ നിന്നുതന്നെയാണല്ലോ..."

"അതെ, പക്ഷെ...ഞങ്ങൾ റീഡിംഗ് എടുത്ത് ബില്ലിംഗ് യൂണിറ്റിനയക്കും. ഇൻവോയ്സ്, റസീപ്റ്റ് ഇതൊക്കെ അവിടന്നാണ് എഴുതി ഇങ്ങോട്ടയക്കുക. ഞങ്ങളുടെ ആളുകൾ ഇൻവോയ്സ് നിങ്ങളെ ഏൽപ്പിക്കുന്നു... ഇവിടെ കൗണ്ടറിൽ നിങ്ങൾ പണം അടയ്ക്കുന്നു...അത്രേയുള്ളൂ..."

"മീറ്റർ റീഡർമാർ ആരും ഇല്ലസാർ...എല്ലാവരും റീഡിംഗിനുപോയിരിക്കുന്നു..." കാസിം വന്നറിയിച്ചു.

അയാൾ മുന്നിലിരുന്ന ആളോട് ഇൻവോയ്സ് വാങ്ങി എണീറ്റ് ഫോണിനരികിൽ ചെന്ന് ഡെപ്യൂട്ടിചീഫ് അക്കൗണ്ടിന്റിനു ഡയൽ ചെയ്ത് വിവരം അറിയിച്ചു.

"അങ്ങനെയാണോ? പ്ലീസ് ഹോൾഡ്ഓൺ...നോക്കട്ടെ" എന്നുപ

റഞ്ഞ് അൽപ്പംകഴിഞ്ഞ്, "ഡിമാൻഡ് സ്റ്റേറ്റുമെന്റിലെ തുകയായ പതിനഞ്ചുരൂപ എഴുപതുപൈസ ശരിയാണ്. അതു പാർട്ടിയുടെ കൈയിൽനിന്നു വാങ്ങിക്കണം. ഇൻവോയ്സ് കറക്റ്റ്ചെയ്യണമെന്നുപാർട്ടി പ്രസ്സുചെയ്യുന്നെങ്കിൽ ആളിനെ ഇങ്ങോട്ട് അയക്കണം...കറക്റ്റ് ചെയ്തുകൊടുക്കാം..."എന്ന് മറുപടിനൽകി.

ഫോൺവച്ചിട്ട് രാജശേഖരൻ തന്റെ സീറ്റിൽവന്നിരുന്നു.

"നിങ്ങൾ പതിനഞ്ചുരൂപ എഴുപതുപൈസ അടയ്ക്കാതെ നിവൃത്തിയില്ല. രൂപയില്ലെങ്കിൽ വീട്ടിൽ പോയി എടുത്തുകൊണ്ടുവരണം. വീണ്ടും ക്യൂവിൽനിൽക്കാതെ പണമടയ്ക്കാൻ ഞാൻ വഴിയുണ്ടാക്കാം. ഇതൊക്കെ അവിടെ ബില്ലിംഗ് യൂണിറ്റിൽ ഏതോ ഒരു ബില്ലിംഗ് ക്ലാർക്കിനു വന്ന തെറ്റുകൊണ്ടുണ്ടായ തകരാറാണ്."

പിന്നെയും കുറെനേരം എന്തൊക്കെയോ തർക്കിച്ചിട്ട് അയാൾ മടിയിൽനിന്നും ബാക്കിരൂപയെടുക്കുമ്പോൾ, രാജശേഖരൻ ശോഭയെ വിളിച്ചിട്ട് അവളുടെ പക്കൽരൂപ കൊടുക്കാൻപറഞ്ഞു.

"ആകട്ടെ, പോയി റസീപ്റ്റ് വാങ്ങിയിട്ടുപോകണം."

അയാളെയും പറഞ്ഞയച്ചു.

അപ്പോൾ ഷിഫ്റ്റുഡ്യൂട്ടിക്കാർ ഇരിക്കുന്ന മുറിയിൽ ആരോ ഉച്ചത്തിൽ സംസാരിക്കുന്ന ശബ്ദം കേട്ടു. താമസംവിനാ, ഇൻവോയ്സ് സെർവർ കുട്ടൻനായർ രാജശേഖരന്റെ മുറിയിൽ കയറിവന്നു. അയാളുടെ കാലുകൾ തറയിൽ ഉറയ്ക്കാതെ ആടുന്നുണ്ടായിരുന്നു. കണ്ണുകൾ ചുവന്നിരിക്കുന്നു. നാവുകുഴയുന്നുണ്ട്. എന്താണു പറയുന്നത് എന്നുവ്യക്തമാവുന്നില്ല. കൈയിലിരുന്ന ഇൻവോയ്സ്കെട്ട് മേശപ്പുറത്തു 'ടക്' എന്ന് ഇടുന്നു.

"സാഴെ...ഞാൻ നാളെത്തൊട്ട് കാഷ്വല്ലീവ്..നാലു ദെവ്സം കഴിഞ്ഞേ ഇനി വര്ള്ളൂ...അതിനപ്പഴംതന്നെ ഇൻ-ൻ-വായ്സ് കൊടുപ്പാൻ എന്നെക്കൊൺട്ട് കഴ്യൂ..."

"ഞാം വര്രുമുമ്പേ കൊടുക്കണ്ണെങ്കി ആര്രോടെങ്കിലും സാഴ് വേണമെങ്കി കൊടത്തയക്കണം..."

"കുട്ടൻനായരേ...ആ ഇൻവോയ്സ്കെട്ട് കൈയിൽ എടുക്ക്..."

അയാൾ എന്തോ പുലമ്പിക്കൊണ്ടിരുന്നു. രാജശേഖരന്റെ ശബ്ദം ഉച്ചത്തിലാവുന്നു, "കുട്ടൻനായർ...! അതു കൈയിലെടുക്ക്!"

"എടുക്കാം സാഴെ, സാഴ് പഴഞ്ഞാ കുട്ടന്നായഴ് കേക്കും...സാഴ് എന്നെ അഡിക്കണം...ഞാം കൊള്ളും സാഴെ...എന്നാ ആ ഓവഴ്സിയഴ് ആഴ് എന്റടുത്ത് അധികാഴം കാണിപ്പിൻ?"

പണമടയ്ക്കാൻ വന്ന ചിലർ ഈ കോലാഹലം എത്തിനോക്കിക്കണ്ടു. ഓവർസീയർ മത്തായിയും പ്യൂൺ കാസിമും അയാളെ പിടിച്ചുവലിച്ചുകൊണ്ടുപോയി.

കുറച്ചുകഴിഞ്ഞ് മത്തായിമാത്രം വന്നു.

"ശരിക്കു കുടിച്ചിട്ടുണ്ടുസാർ...അയാളെ കുറ്റം പറഞ്ഞിട്ടു കാര്യമില്ല സാർ...കൈനിറയെ കാശുകിട്ടുന്നു. അതിനൊരു ചെലവുമില്ല..."

"ഇപ്പൊ അയാളെവിടെ...?"

"കാസിം വെളിയിലോട്ടു കൊണ്ടുപോയി!"

ഒൻപത്

മധ്യവയസ്കനായ ഒരാൾ മുറിയിലേക്കു കയറിവന്നു.

"സാർ ഞാൻ വാമനപുരം വാർഡ് കൗൺസിലർ ചെല്ലപ്പൻനായർ..."

"ഇരിക്കണം...എന്താണുവേണ്ടത്...?"

"അല്ല...ഈ സിറ്റിയിൽ എല്ലാ വാർഡിലും ട്യൂബ് ലൈറ്റ് ഇട്ടിട്ടുണ്ട്...എന്റെ വാർഡിൽ മാത്രം ഒരു ട്യൂബ്ലൈറ്റ്പോലും ഇല്ല."

"ട്യൂബ് ലൈറ്റിനു മാസംതോറും പണമടയ്ക്കുന്നത് കോർപ്പറേഷനാണ്. കോർപ്പറേഷൻ കമ്മീഷണറിൽനിന്നും റിക്വസ്റ്റ് വന്നിട്ടുള്ള ലൈറ്റ് എല്ലാം ഞങ്ങൾ ഇട്ടുകൊടുത്തിട്ടുണ്ടല്ലോ...നിങ്ങളുടെ വാർഡിലേക്കു ലൈറ്റ് ഒന്നും സാങ്ഷൻ ഇല്ല..."

"ഓഹോ...അങ്ങനെയാണോ? അപ്പോ ഞങ്ങളുടെ കമ്മീഷണറെപ്പോയിക്കാണാം..."

"കണ്ടിട്ട് ഇന്നയിന്ന പോസ്റ്റുകളിൽ ട്യൂബ് ലൈറ്റിടണം എന്ന് പോസ്റ്റുനമ്പരുംകൊണ്ടുവന്നാൽ ഞാൻ അതിന്റെ ഏർപ്പാടുണ്ടാക്കാം..."

"ആകട്ടെ സാർ...ഒരു കാര്യംകൂടി...എന്റെ വീട്ടിനുമുന്നിൽ ഉള്ള പോസ്റ്റിൽ ലൈറ്റ് ഇല്ല. രാത്രിയിൽ വീട്ടുനടയിൽ നല്ല ഇരുട്ടും...അടുത്ത പോസ്റ്റിൽ ഇപ്പോഴുള്ള ലൈറ്റ് എടുത്ത് ഈ പോസ്റ്റിൽ ഇട്ടുതരാൻ പറ്റുമോ?"

"അതിനും കമ്മീഷണറുടെ റിട്ടൺ റിക്വസ്റ്റുവേണമല്ലോ...അല്ലാതെ ഞങ്ങൾക്കൊന്നും ചെയ്യാൻ പറ്റുകയില്ല..."

"ശരി...ഞാൻ അടുത്തയാഴ്ചവരാം." അങ്ങേർപോയി.

ഫോൺ ചിലച്ചു. മത്തായി എടുത്തു.

"......"

"ആര്...പരമുവോ...?"

"......"

"എന്ത്? എവിടെവച്ച്...?

"......"

"അങ്ങനെയാണോ? അവിടെത്തന്നെനിൽക്ക്. ജെ ഇ ഇവിടെ ഉണ്ട്. ഇതാ വന്നേച്ചു..."

"സാർ, നമ്മുടെ ലൈൻഹെൽപ്പർ ലക്ഷ്മണൻ റേഡിയോ സ്റ്റേഷ നടുത്തുവച്ച് ഷോക്കടിച്ച് പോസ്റ്റിൽനിന്നു താഴെ വീണു...!"

"ങ്? എപ്പൊ?"

"ഇപ്പൊത്തന്നെയാണെന്ന്!"

"വാ, പോയിനോക്കാം."

എണീറ്റു. മനസ്സിനകത്തൊരു കാളൽ.

സ്കൂട്ടർ സ്റ്റാർട്ടാക്കി. മത്തായി പിന്നിൽ കയറി. റേഡിയോനിലയം നോക്കി അവർ പാഞ്ഞു.

കഴിഞ്ഞമാസം പോസ്റ്റിൽ കയറി ഒരു ഫ്യൂസ്കാൾ അറ്റൻഡുചെയ്തുകൊണ്ടിരിക്കേ ഷോക്കേറ്റുവീണ് അവിടെ വച്ചുതന്നെ മരിച്ചുപോയ ഹെൽപ്പർ ജോണിയുടെ കേസ് ഇപ്പോഴും നടന്നുകൊണ്ടിരിക്കുന്നു. ഒരാഴ്ചക്കുമുമ്പ്, ഓഫീസിലെ എല്ലാവരിൽനിന്നും പിരിച്ച ആയിരംരൂപാ അയാളും ഓഫീസിലെ എല്ലാ ജീവനക്കാരുംകൂടി, കണ്ണീരൊലിപ്പിച്ചുകൊണ്ടിരുന്ന വിധവയുടെ കൈയിൽ കൊടുത്തിട്ടുവന്നു. കുട്ടികൾ ആറുണ്ട്. ആരോരും സഹായത്തിനില്ല. ജീവിക്കാൻ ഒരു മാർഗവുമില്ല. ആ അപകടത്തെപ്പറ്റി ഇപ്പോഴും ഇൻസ്പക്ടറേറ്റ്, ചീഫ് എഞ്ചിനീയർ ഓഫീസ് ഇവിടന്നെല്ലാം ചോദ്യത്തിനുമേൽ ചോദ്യങ്ങളും മറ്റും വരുന്നുണ്ട്–അപകടത്തിനുകാരണമെന്ത്, സേഫ്ടി ഡിവൈസ് ഉപയോഗിച്ചിരുന്നോ എന്നൊക്കെ.

അതിനിടയിൽ വേറൊന്നു കൂടെയോ?

റേഡിയോനിലയത്തിനു സമീപം സ്കൂട്ടർ നിർത്തിവെച്ചിട്ട് അവർ രണ്ടുപേരും സംഭവസ്ഥലത്തെത്തിയപ്പോൾ അവിടെ ആകെ ഒരു കൂട്ടം...?

എല്ലാവരെയും മാറ്റിയിട്ടു നോക്കി. ലക്ഷ്മണൻ കാൽനീട്ടിക്കൊണ്ട് ഇരിക്കുന്നു. വേദനകൊണ്ട് ആ...ഊ..എന്നൊക്കെ വിളിക്കുന്നുണ്ട്.

ഹാവു...ദൈവത്തിനു നന്ദി...ഇത്രയിലും നിന്നല്ലോ...

"സാർ...ഷോക്ക് സാരമില്ല...പക്ഷെ...ഏണിയുടെ മോളീന്നു വീണപ്പോ കുതികാൽ അടിപെട്ടുപോയി...ഇപ്പോ കാല് തറയില് ഊന്നാൻ പറ്റ്ണില്ല...ഭയങ്കരവേദനയാണെന്നു തോന്നുന്നു." പരമു പറഞ്ഞു.

"ഒരു ടാക്സി വിളിക്ക്...ആശുപത്രിയിൽ കൊണ്ടുപോകാം..."

ടാക്സി വന്നു.

എല്ലാവരും ചേർന്നു ലക്ഷ്മണനെ തൂക്കിയെടുത്ത് ടാക്സിയിൽ കിടത്തി. പരമുവിനോടും കൂടെ കയറാൻപറഞ്ഞു. "നേരെ ജനറൽ ആശുപത്രിയിലേക്കു പൊയ്ക്കൊള്ളിൻ...ഞങ്ങൾ സ്കൂട്ടറിൽ വരാം..."

കാർ മുമ്പേ പുറപ്പെട്ടു. പിന്നാലെ സ്കൂട്ടറിൽ അയാളും മത്തായിയും.

ആശുപത്രിയിൽചെന്ന് ഡോക്ടറോട് വിവരം പറഞ്ഞ് ലക്ഷ്മണനെ

വാർഡിൽ അഡ്മിറ്റുചെയ്യിച്ച് എക്സറേ എടുക്കാനും ഏർപ്പാടുചെയ്തു. പിന്നീട് പരമുവിനോടു ലക്ഷ്മണന്റെ വീട്ടിലും വിവരം അറിയിക്കാൻ പറഞ്ഞശേഷം ഓഫീസിൽ അയാൾ തിരിച്ചെത്തിയപ്പോൾ മണി ഒന്നായി.

അവിടെ ഒരാൾ രാജശേഖരനെ കാത്തിരിപ്പുണ്ട്.

ഷിഫ്റ്റുഡ്യൂട്ടിക്കാരൻ ഒരാൾ ഒഴിച്ച് എല്ലാവരും ഉണ്ണാൻ പൊയ്ക്കഴിഞ്ഞിരുന്നു. ഡ്യൂട്ടി അസിസ്റ്റന്റുലൈൻമാൻ വന്ന് ആരോ ഫോണിൽ വിളിച്ചിരുന്നതായിപ്പറഞ്ഞു.

കാത്തിരുന്നയാൾ പതുക്കെ തുടങ്ങി:

"സാർ...എൻ പേർ കൃഷ്ണയ്യർ...പോന വാരം ഒരു ആപ്ലിക്കേഷൻ തന്തിരുന്തേൻ..."

"എന്തിന്...?"

"എന്നൊടെ ഹൗസ് എലക്ട്രിക് മീറ്റർ വന്തു എൻ അപ്പാ രാമസ്വാമി അയ്യർ പേരിലെ ഇരിക്കിറതു. അതെ എൻപേരിലെ മാറ്റണം..."

"ഓഹോ...! ആപ്ലിക്കേഷന്റെ കൂടെ ഫീ ആയിട്ട് രണ്ടുരൂപാ അടച്ചിട്ടുണ്ടോ...?"

"അണ്ണെയ്ക്കേ അടച്ചിട്ടേനേ...! ഇതോ ഇരുക്ക് റെസീപ്റ്റു."

"നിങ്ങളുടെ അച്ഛന്റെ കൺസെന്റ് ലെറ്റർ...സമ്മതപത്രം ഉണ്ടോ?"

"ഇല്ലൈ സാർ...അവർ കാലമായ്വിട്ടാർ..."

"അപ്പോൾ മൂന്നുരൂപാ പത്രത്തിൽ ഇൻഡെമ്നിറ്റി ബോണ്ടുവച്ചിട്ടേ നിങ്ങടെ പേർക്കുമാറ്റാൻ കഴിയൂ...ഇരിക്കട്ടെ, നിങ്ങടെ അച്ഛന്റെ പക്കൽനിന്നു നിങ്ങൾക്കുകിട്ടി എന്നുള്ളതിനു ഏതെങ്കിലും ഡീഡോ ഡോക്യുമെന്റോ ഉണ്ടോ?"

"ഒണ്ണുമേയില്ലൈ സർ...അപ്പാ സൊത്തുക്കു പുള്ളൈനാൻ താനേ അധിപതി..."

"നിങ്ങൾ ഒരാളെ ഉള്ളോ മകൻ?"

"ഇല്ലൈ...ഇന്നും രെണ്ടുപേർ ഇരുക്കാങ്ക !"

"അപ്പോ നിങ്ങടെ പേർക്കുമാറ്റിയാൽ രണ്ടുപേരും തർക്കത്തിനു വരില്ലേ?"

അതുക്കു നാൻ എന്നചെയ്വേൻ സാർ! വീട്ടുക്കാക ഇപ്പോവേ ഒരു കേസ് നടന്തുകിട്ടിരുക്ക്..."

"അപ്പോൾ കേസ് കഴിയട്ടെ. വീട് നിങ്ങളിൽ ആർക്കാണ് എന്ന് കോടതിതീരുമാനം വന്നതിനുശേഷം മീറ്റർവേറെ പേരിൽ ആക്കുന്നതിനെക്കുറിച്ച് ആലോചിക്കാം...അതുവരെ പാവം നിങ്ങടെ അച്ഛന്റെ പേരിൽത്തന്നെ അതു കിടക്കട്ടെ."

വിശപ്പുകൊണ്ടു വയറുകത്തുന്നുണ്ടായിരുന്നു.

ഊണുകഴിക്കാൻ വീട്ടിൽ വന്നിറങ്ങിയപ്പോൾ മണി രണ്ടായി, ഇപ്പോൾ വിശപ്പില്ല, ക്ഷീണംമാത്രം ബാക്കി. ഊണുകഴിച്ചുകൊണ്ടിരിക്കേ ഫോൺ ശബ്ദിച്ചു. ഊണുപാതിയാക്കി അയാൾ ഓടിച്ചെന്നു.

"ഹലോ, ജൂനിയർ എഞ്ചിനീയർ?"

"യെസ്, സ്പീക്കിംഗ്..."

ഇത് കുര്യൻ ജോർജ്, ഗവണ്മെന്റുസെക്രട്ടറി സംസാരിക്കുന്നു. എന്റെ വീട്ടിലെ മീറ്റർ എന്തോ ഫാൾട്ട്ആണ്. രണ്ടുമൂന്നുമാസമായി റീഡിംഗ് വളരെ കൂടുതൽ ആയിരിക്കുന്നു. മുമ്പൊക്കെ ബില്ല് എട്ടൊമ്പ തുരൂപയിൽ കൂടുതൽ ആവുകയില്ലായിരുന്നു. ഇപ്പോ രണ്ടുമൂന്നുമാസ മായി പതിനഞ്ച് ഇരുപതുരൂപവരെ ആവുന്നുണ്ട്."

"നിങ്ങൾ കറന്റ് അധികം ഉപയോഗിക്കുന്നില്ലെ?"

"ഇല്ല..."

"ഫാൻ ഉണ്ടോ?"

"ഉണ്ട്. ഇപ്പോഴൊക്കെ ഫാൻ ഇടാതിരിക്കാൻ കഴിയുമോ? ഹോ, എന്തൊരു പുകച്ചിൽ! എന്നാലും അധികമായിട്ടുപയോഗിക്കാറില്ല.

"സ്കൂളിലോ കോളേജിലോ പഠിക്കുന്ന സ്റ്റുഡൻസ് ഉണ്ടോ?"

"ഉണ്ട്. എന്താ ചോദിക്കുന്നത്?"

"അല്ല, ഇപ്പോ പരീക്ഷാസമയമാണല്ലോ..."

"അതേയതെ, എന്നാലും രാത്രി അങ്ങനെ അധികനേരം ലൈറ്റ് ഇട്ട് ഞങ്ങടെ കുട്ടികൾ പഠിക്കുന്നില്ല..."

"ശരി, ശരി...നിങ്ങളുടെ നമ്പർ?"

"പതിനേഴ് ഇരുപത്"

"ഇതെന്തുനമ്പർ"

"ടെലഫോൺനമ്പർ"

"അതല്ല..."

"ഹൗസ് നമ്പർ ആണോ? എയ്റ്റീൻ ബൈ തൗസന്റ് ആന്റ് എയ്റ്റീൻ"

"ഹൗസ് നമ്പരുമല്ല...മീറ്റർ നമ്പർ. അതാണുകൺസ്യൂമർ നമ്പർ. ആ നമ്പരുണ്ടെങ്കിലേ ഞങ്ങൾക്കു കണ്ടുപിടിക്കാൻ കഴിയൂ!"

"പ്ലീസ് ഹോൾഡ് ഓൺ. നോക്കിപ്പറയാം."

അൽപ്പനേരം നിശ്ശബ്ദത.

"മുപ്പത്തിഏഴ് ഇരുപത്തിഅഞ്ച്."

അയാൾ അതു കുറിച്ചെടുത്തു.

"ആകട്ടെ, ഞാൻ ഫോർമാനെ അയച്ച് മീറ്റർ ചെക്ക്ചെയ്യാൻ പറയാം. ഏതിനും സൗകര്യത്തിനുവേണ്ടി ഒരു കടലാസ് എഴുതി വച്ചേക്കണം. ഫോർമാൻ വന്നുനോക്കിയിട്ട് മീറ്റർ ഫാൾട്ടിയാണെങ്കിൽ അതുമാറ്റി വേറെ നല്ല മീറ്റർ കൊണ്ടുവയ്ക്കാൻ ഏർപ്പാടു ചെയ്യാം."

"താങ്ക്യൂ."

"നോ മെൻഷൻ."

പത്ത്

വെളിയിൽ പൊള്ളുന്ന ഉച്ചവെയിൽ. മുറിയിൽ പതിവുപോലെ റേഡിയോ മുരണ്ടുകൊണ്ടിരിക്കുന്നു.

കണ്ണൻവന്ന് മടിയിൽ കയറിയിരുന്ന് അവന്റെ ഭാഷയിൽ എന്തോ സംസാരിച്ചുകൊണ്ടിരുന്നു. പിന്നീട് അടുത്തുകിടന്ന കസേരയിൽ കയറിനിന്ന് മേശപ്പുറത്തിരുന്ന ഫോണെടുത്ത് ചെവിയിൽ വച്ചുകൊണ്ട് ഡയലിലെ ദ്വാരത്തിൽ കൈയിട്ട് "മ്..ആ...ഓ..." എന്നൊക്കെ പറയാൻ തുടങ്ങിയതുകണ്ട് തമാശതോന്നി.

ഗീതയും രമയും സ്കൂളിൽ നിന്നുവരാൻ നാലുമണികഴിയും. വീട് ശാന്തമായിരിക്കുന്നു. അയാൾക്കാണെങ്കിൽ ആകെ ക്ഷീണം. കണ്ണുകൾ അടഞ്ഞുപോവുന്നുണ്ട്.

ഊണു കഴിഞ്ഞുവന്ന മാലതിയുടെ പക്കൽ കണ്ണനെ ഏൽപ്പിച്ചിട്ട് റേഡിയോയും ഫാനും നിർത്തിയശേഷം അയാൾ കട്ടിലിൽ കിടന്നു.

മാലതി വരാന്തയിലെ തറയിൽ ഇരുന്ന് കണ്ണനെ കളിപ്പിച്ചുകൊണ്ടിരുന്നു.

ഒരു പത്തുമിനിറ്റുകൂടി ആയിട്ടുണ്ടാവില്ല, സ്വപ്നത്തിലെന്നപോലെ ഫോൺബെൽ അടിക്കുന്ന ശബ്ദം കേട്ടു. വെപ്രാളത്തോടെ അയാൾ എണീറ്റു. തലചുറ്റിയതുകൊണ്ട് നിൽക്കാനാവാതെ കട്ടിലിൽ വീണ്ടും ഇരുന്നു.

മാലതി ഫോൺ എടുത്തു.

"............"

"അതെ, ഉണ്ട്..."

അയാൾ പതുക്കെ ചെന്ന് റിസീവർ കൈയിൽ വാങ്ങി.

"ഹലോ..."

"സാർ...ഇത് സുകേശൻനായർ."

"എന്താണ്...?"

"ട്രാൻസ്ഫോർമറിന്റെ ജോലിയൊക്കെ പൂർത്തിയായി. സാർ ഓഫീസിലേക്കുപോവുമ്പോൾ ഇതിലേ വന്നാൽ ചാർജ്ചെയ്തു നോക്കാം..."

"ആവട്ടെ, പത്തുമിനിറ്റിനകം വരാം..."

ഫോൺ വച്ചിട്ട് വാഷ്ബേസിനു അരികേ ചെന്ന് മുഖത്തു വീണ്ടും വീണ്ടും വെള്ളം കോരിയൊഴിച്ചു കഴുകിക്കൊണ്ടിരിക്കേ "എന്തു ജോലിയാണോ എന്തോ, ഇരുപത്തിനാലുമണിക്കൂറും വെപ്രാളവും വേവലാതിയും തന്നെ! അരമണിക്കൂർ ഒരിടത്ത് അടങ്ങിയൊതുങ്ങിയിരിക്കാൻ കഴിയുന്നില്ല." മാലതി പിറുപിറുക്കുന്നത് കേൾക്കുന്നു.

അയാൾ ഒന്നും പറഞ്ഞില്ല. കണ്ണൻ അവളുടെ കൈയിൽനിന്നും കുതറിച്ചാടി അയാളുടെ അടുത്തെത്തി ബേസിൻപൈപ്പ് ചൂണ്ടിക്കാണിച്ച് എന്തൊക്കെയോ അധികാരസ്വരത്തിൽ പറഞ്ഞുകൊണ്ടിരുന്നു.

പതിവുപോലെ അൽപ്പം വെള്ളമെടുത്ത് കണ്ണന്റെ മുഖത്തു തടവിയപ്പോൾ അവനുണ്ടായ സന്തോഷത്തിന് അതിരില്ല. അയാൾ ടവ്വൽ എടുത്തു മുഖം തുടച്ചപ്പോൾ കൈനീട്ടി അവൻ അതുചോദിച്ചു. കൈയിൽ കിട്ടിയ ഉടൻ അച്ഛനെപ്പോലെ മുഖം തുടച്ചുതുടങ്ങി.

അയാൾ ഫാൻ ഓൺചെയ്തിട്ടു റേഡിയോ വെച്ചുകൊണ്ടിരിക്കേ, മാലതി വെയിലത്തു ഉണങ്ങാനിട്ടിരുന്ന ബനിയൻ എടുത്തുകൊണ്ടുവന്ന് അയാളുടെ കൈയിൽ കൊടുത്തിട്ട് കാപ്പിയുണ്ടാക്കാൻ അടുക്കളയിലേക്കുപോയി.

ഡ്രസ് ചെയ്തുകൊണ്ടിരിക്കേ അയാളോട് എന്തൊക്കെയോ തന്റെ ഭാഷയിൽ സംസാരിക്കുകയായിരുന്നു കണ്ണൻ. പൗഡർ വാങ്ങി തന്റെ മുഖംമുഴുവൻ തേച്ചു. പിന്നീട് ചൂരൽക്കസേര റേഡിയോവിന്റെ മുന്നിൽ നീക്കിയിട്ട് അതിൽകയറി നോബുപിടിച്ച് അങ്ങോട്ടുമിങ്ങോട്ടും തിരിക്കാൻ തുടങ്ങി.

"ഡേയ്..റേഡിയോ തള്ളിയിട്ടുകളയാതെ..."

അവനെ തടഞ്ഞ് കസേരയിൽനിന്നും ബലമായി ഇറക്കിയിട്ട് വീണ്ടും കയറാതിരിക്കാനായി അതു തറയിൽ ചരിച്ചുവച്ചപ്പോൾ അവൻ പിണങ്ങി താഴെ വീണ് ഉരുണ്ടുനിലവിളിക്കാൻ തുടങ്ങി. അപ്പോൾ കാപ്പിയുമായി മാലതി എത്തി.

അവൾ ചെറിയ തമ്പ്ളറിൽ കാപ്പിയെടുത്ത് അയാൾക്കു കൊടുത്തിട്ട് ചെറിയ മറ്റൊന്നിൽ കണ്ണന്റെ കൈയിലും കൊടുത്ത് അവനെ സമാധാനിപ്പിച്ചു. അതോടെ അവൻ കരച്ചിൽ നിർത്തി.

"ശരി ഞാൻ പോകുന്നു. ആരെങ്കിലും ഫോണിൽ വിളിച്ചാൽ, വർക്ക്സ്പോട്ടിൽ ചെന്നിട്ട് ഓഫീസിലേക്കുപോവുമെന്നു പറ."

കണ്ണനോട് 'റ്റാ...റ്റാ' പറഞ്ഞിറങ്ങിയപ്പോൾ അവൻ തിടുക്കത്തിൽ കാപ്പികുടിച്ചിട്ട് അയാളെ പിന്തുടർന്ന് മുറ്റത്തിറങ്ങി. അവളും കൂടെയെത്തി. "വാടാ...മോനേ...അപ്പാ സ്കൂട്ടറിൽപോകുന്നത് നമുക്ക് ജനലിലൂടെ നോക്കാം." കണ്ണനെയുമെടുത്തുകൊണ്ട് അവൾ പോയപ്പോൾ അയാൾ യാത്രയായി.

പെരിയശാലയിൽ എത്തിയപ്പോൾ അവിടെ എല്ലാം തയ്യാറായിരുന്നു.

ചെറിയ നാരങ്ങാകോർത്ത ഒരു വലിയ റോസാപ്പൂമാല ട്രാൻസ്ഫോർമറിൽ ചന്തം പരത്തുന്നു. ചന്ദനം, കുങ്കുമം ഇവകൊണ്ടുള്ള കുറികൾ ട്രാൻസ്ഫോർമറിലും കട്ട്ഔട്ടുകളിലും ചാർത്തിയിട്ടുണ്ട്.

മുന്നിൽ, ഒരു മേശപ്പുറത്ത് ഇട്ടിട്ടുള്ള തൂശനിലയിൽ ഒരു ചെറിയ നിലവിളക്ക് എരിയുന്നു. ഇലയിലെ അവിലിനും മലരിനും മുകളിൽ രണ്ടു പടല പഴം വച്ചിട്ടുണ്ട്. അതിൽ ഊന്നിവച്ചിട്ടുള്ള ചന്ദനത്തിരികൾ പുകഞ്ഞുകൊണ്ടിരിക്കുന്നു. സമീപത്തിൽ ഉടച്ചുവെച്ച നാളികേരവുമുണ്ട്.

സുകേശൻനായർ ഇങ്ങനെയുള്ള പൂജാദികർമങ്ങൾ സംഘടിപ്പിക്കുന്നതിൽ വളരെ മിടുക്കനാണ്. “എങ്ങനെയുണ്ട് സാർ?” എന്നുപറഞ്ഞുകൊണ്ട് അയാൾ രാജശേഖരനുനേർക്ക് ചന്ദനക്കിണ്ണം നീട്ടി. അതുതൊട്ട് നെറ്റിയിൽ പൂശിയിട്ട്, “വളരെ ഗംഭീരം.” അയാൾ പറഞ്ഞു.

കേബിൾ ജോയിന്റർ പാച്ചുപിള്ള നെറ്റിനിറയെ ചന്ദനവും വായ്നിറയെ പല്ലും പ്രദർശിപ്പിച്ചുകൊണ്ട് മുമ്പിൽ എത്തി.

“സാറെ..ഈ മാമൂല് നമ്മളു ചെയ്യാത്തതുകൊണ്ടല്യോ ആ രണ്ടു ട്രാൻസ്ഫോർമറുകളും നമ്മളെ പറ്റിച്ചു കളഞ്ഞത്! ഏതിനും ഇനി പേടിക്കണ്ട. അതിനു ഗാരണ്ടി ഞാന്തന്നെ.”

വർക്കേഴ്സ് പത്തു പതിനഞ്ചുപേർ കാക്കിക്കുപ്പായവും നിക്കറുമായി അൽപ്പം അകലെ, പുഞ്ചിരിച്ചുകൊണ്ട് ഭവ്യതയോടെ നിൽപ്പുണ്ട്. എല്ലാവരുടെ നെറ്റിയിലും ചന്ദനവും കുങ്കുമവും തിളങ്ങുന്നു.

റോഡിൽ പൊയ്ക്കൊണ്ടിരുന്ന ഒന്നുരണ്ടുപേർ വന്ന് തമാശ നോക്കുന്നു.

“സുകേശൻനായരേ, എല്ലാവർക്കും ചായക്ക് ഓർഡർ ചെയ്തിട്ടുണ്ടോ?”

“ഉണ്ട് സാർ...”

“അപ്പോ ശരി...ആരംഭിച്ചുകളയാം...ദീപാരാധന കഴിക്ക്...”

“ശരി സാർ...”

സുകേശൻനായർ കർപ്പൂരത്തട്ടെടുത്ത് കത്തിച്ച് നിലവിളക്കിനും ട്രാൻസ്ഫോർമറിനും കട്ട് ഔട്ടുകൾക്കും ആരതി കാണിച്ചു.

രാജശേഖരനടക്കം എല്ലാവരും കൈകൂപ്പി വണങ്ങിനിന്നു. ദീപാരാധനയ്ക്കുശേഷം അയാളുടെ നേർക്കുനീട്ടിയ കർപ്പൂരത്തട്ടിലെ ജ്വാലയെ അയാൾ രണ്ടുകൈകൊണ്ടും തൊട്ടു കണ്ണിൽവച്ചു. എല്ലാവരും വണങ്ങി.

അയാൾ ട്രാൻസ്ഫോർമറിനെ ചുറ്റിനോക്കി എല്ലാം ശരിയാണോ എന്ന് ഒരു അവസാന പരിശോധന നടത്തി. അതിലെ ടേപ്പ്, ഓയിൽ ലവൽ എല്ലാം ചെക് അപ് ചെയ്തിട്ടുണ്ട് ‘മെഗർ’ എടുക്കാൻ പറഞ്ഞു. റീഡിംഗ് വളരെ തൃപ്തികരം.

“ശരി, ലിങ്ക് ക്ലോസ്ചെയ്തുകളയാം...”

തയ്യാറാക്കിവച്ചിരുന്ന തോൽക്കൈയുറ ലൈൻമാൻ അയാളുടെ

കൈയിൽ കൊണ്ടുചെന്നുകൊടുത്തു. രാജശേഖരൻ അത് കൈയില ണിഞ്ഞ്, ലിങ്കിന്റെ കൈപ്പിടിയിൽ കൈവച്ച് നെഞ്ചിനുള്ളിൽ ഒരു ആള ലോടെ"ദൈവമേ നീതന്നെ തുണ." എന്നുവിചാരിച്ച് ബലത്തോടെ ഉയർത്തി ലിങ്ക് ക്ലോസ്ചെയ്തു.

മുകളിൽ 'ഘണീർ' എന്ന ശബ്ദത്തോടെ ലിങ്കുചേർന്നു. പ്രയോ ഗിക്കപ്പെട്ട ബലത്താൽ നാലുകമ്പിത്തൂണുകളും മൊത്തം സ്ട്രക്ചറും കുലുങ്ങി. അത്രതന്നെ. മറ്റൊന്നും സംഭവിച്ചില്ല.

ഹാവൂ...! ദൈവത്തിനു നന്ദി!

എല്ലാ മുഖങ്ങളും തെളിഞ്ഞു.

ഒരുപക്ഷെ, 'ഫ്ളിച്ച്' എന്നൊരു മിന്നലും 'ഠോ' എന്നൊരു പൊട്ടലും ഉണ്ടാവുമോ എന്നു ഭയന്നിരുന്ന എല്ലാവരും ആശ്വാസത്തോടെ നെടു വീർപ്പിട്ടു.

" ഒരാഴ്ച നോ ലോഡിൽ കിടക്കട്ടെ. ലോഡുകൊടുക്കണ്ട. അല്ലേ സുകേശൻനായർ?"

"തന്നെ സാർ..."

ലൈൻമാൻ ലിങ്ക്ഹാൻഡിൽ പൂട്ടിയിട്ട് താക്കോൽ കൊണ്ടുവന്നു.

അടുത്തുള്ള ഹോട്ടലിലെ ഒരു പയ്യൻ ഒരു വലിയ പാത്രത്തിൽ ചായയും കുറേ തമ്പ്ളറുമായി എത്തി. ഇതിനിടയിൽ സുകേശൻനാ യരും വേറെ ഒന്നുരണ്ടുപേരും അവില്, മലര്, പഴം, നാളികേരത്തുണ്ട് ഇവയൊക്കെ സമമായി ഇലയിൽ എടുത്ത് എല്ലാവർക്കും വിളമ്പി. അതു തിന്നുകൊണ്ടിരിക്കേ സുകേശൻനായർ അയാളുടെ കൈയിൽ ചായ കൊണ്ടുക്കൊടുത്തു.

മനസ്സിനകത്ത് ഇത്രനേരവും നൊമ്പരപ്പെടുത്തിക്കൊണ്ടിരുന്ന കുഴ പ്പങ്ങളെല്ലാം മറഞ്ഞ് ഒരു തെളിച്ചം ഉണ്ടായതുപോലെ അയാൾക്കുതോ ന്നി. ഒരു വലിയ ഭാരം നീങ്ങിയ ആശ്വാസം.

കൂടുതൽ തമ്പ്ളർ ഇല്ല എന്നറിഞ്ഞ് പെട്ടെന്നു ചായ കുടിച്ചിട്ട് തന്റെ കൈയിലിരുന്നതു തിരിച്ചുകൊടുത്തു.

എല്ലാവരും സന്തോഷത്തോടെ ചായ കുടിച്ചുകൊണ്ടിരുന്നു. ഹോട്ട ലിലെ പയ്യനെവിളിച്ച് അയാൾ രൂപകൊടുത്തു.

"ശരി...മണിനാലായിക്കഴിഞ്ഞു. രമാദേവി സ്കൂളിനരികിലെ ട്രഞ്ചു വർക്ക് എങ്ങനെയിരിക്കുന്നു എന്നു നോക്കിയിട്ട് ഞാൻ ആഫീസിലേ ക്കുപോവുന്നു "എന്ന് അയാൾ പറഞ്ഞപ്പോൾ സുകേശൻനായർ, "സാർ മുമ്പേ പോണം ഞാൻ എത്തിക്കൊള്ളാം..." എന്നു മറുപടിപറഞ്ഞു.

കേബിൾ ജോയിന്റർ പാച്ചുപിള്ളയോട് അടുത്തദിവസം രമാദേവി സ്കൂളിനരികിൽ കേബിൾലേയിംഗ് വർക്കിനുവരാൻ പറയാൻ രാജശേ ഖരൻ മറന്നില്ല.

പതിനൊന്ന്

അയാൾ രമാദേവി സ്കൂളിനരികിൽ എത്തിയപ്പോൾ ചെങ്കല്ലും മണലും ലോറിയിൽനിന്ന് റോഡിനരികിൽ ഇറക്കുന്നതുകണ്ടു. ട്രഞ്ച് ക്ലിയർ ചെയ്യപ്പെട്ടിരുന്നു.

"വേലപ്പാ, നാളെ നൈറ്റിലും കേബിൾലേയിംഗ് വർക്ക് അറേഞ്ച് ചെയ്തു ഈ കുഴി മുഴുവൻ മൂടിയേക്കണം..."

"ശരി സാർ..."

അയാൾ ഓഫീസിൽ എത്തിയപ്പോൾ അവിടെ എൻ എം ആർ തൊഴിലാളികൾ ഡിപ്പാർട്ടുമെന്റുവാനിൽനിന്നും മീറ്റർ, വയർ തുടങ്ങിയ സാധനങ്ങൾ ഇറക്കുന്നത് കൈയിൽ ഇൻഡെന്റ് ബുക്കുവച്ചുകൊണ്ട് സ്റ്റോർകീപ്പർ കൃഷ്ണൻകുട്ടി ഒത്തുനോക്കുന്നുണ്ടായിരുന്നു. അയാളുടെ കഷണ്ടിത്തല പോക്കുവെയിലിൽ തിളങ്ങി.

രാജശേഖരനെ കണ്ടപ്പോൾ കൃഷ്ണൻകുട്ടിയും തൊഴിലാളികളും ഒതുങ്ങിനിന്നു.

"എന്താ കൃഷ്ണൻകുട്ടീ, എല്ലാ മെറ്റീരിയൽസും കിട്ടിയോ?"

'എല്ലാം കിട്ടിയില്ല സാർ...എന്നാൽ വെഹിക്കിളിന്റെ കാര്യമാണു വളരെ കഷ്ടം. അസിസ്റ്റന്റ് എഞ്ചിനീയർ ശങ്കരരാമനും ജെ ഇ രാമൻനായരും മാറിമാറി ജീപ്പും വാനും സ്വന്തം ആവശ്യത്തിനുകൊണ്ടുപൊയ്ക്കൊണ്ടിരിക്കയാണ്. ഒടുവിൽ വാൻ കിട്ടാൻ ഇത്രയും സമയമായി..."

അയാൾ തന്റെ റൂമിലേക്കുചെന്നു. രണ്ടുമൂന്നുപേർ വയറിംഗ് സാങ്ഷനുവേണ്ടിയും, മറ്റുചിലർ ആപ്ലിക്കേഷൻ ഫീ, ടെസ്റ്റിംഗ് ഫീ, ക്യാഷ് ഡെപ്പോസിറ്റ് തുടങ്ങിയത് അടയ്ക്കാനും കാത്തുനിൽപ്പുണ്ട്. അവരുടെ കടലാസുകൾ വാങ്ങി പരിശോധിച്ച് രൂപ വാങ്ങാൻ ഓർഡർ ഇട്ട് അവരെ ക്യാഷ്റൂമിലേക്കയച്ചു. വയറിംഗ് സാങ്ഷൻ പേപ്പറിൽ ഒപ്പിട്ടു.

ഹേമ ഒരു കെട്ട് പേബില്ലു കൊണ്ടുവന്നു. ഓരോ ബില്ലും നാലു കോപ്പി വീതം.

"എന്താ, ചെക്ക് ക്യാഷ് ചെയ്തുവന്നോ?"

"വന്നു സാർ..."

"റോളിൽ ഒപ്പിട്ടുവച്ചിട്ട് എല്ലാവർക്കും കൊടുത്തല്ലോ?"

"കൊടുത്തു സാർ..."

പേബില്ലുനോക്കി കൈയൊപ്പിട്ടുകൊണ്ടിരിക്കേ കാഷ്യർ മേരി ക്യാഷ്ബുക്ക്, അന്നത്തെ കളക്ഷൻ അടുത്തദിവസം ട്രഷറിയിൽ അടയ്ക്കുന്നതിനുവേണ്ട ട്രഷറി ചെല്ലാൻ ഫാറങ്ങൾ, റെമിറ്റൻസ് രജിസ്റ്റർ, രസീതുബുക്ക് ഇതെല്ലാമെടുത്തുകൊണ്ടുവന്ന് മേശപ്പുറത്തുവച്ചു. അവളുടെ മുഖത്തു വിയർപ്പുപൊടിച്ചു നിൽക്കുന്നതുകാണാം. എല്ലാറ്റിലും ഒപ്പിട്ട് മേരിയെ അയച്ചശേഷം വാച്ചുനോക്കിയപ്പോൾ മണി അഞ്ചേകാൽ ആയിരുന്നു.

ഫോർമാനോ മറ്റു എക്സിക്യൂട്ടീവ് സ്റ്റാഫോ ആരും ഇല്ല എന്ന ധൈര്യത്തിൽ ഹേമ പതുക്കെ മുറിയിലേക്കുവന്നു. മുഖത്തു എന്തിനോ വേണ്ടിയുള്ള ഒരു കെഞ്ചൽ, വാക്കിൽ ഒരു കൊഞ്ചലും.

"സാർ...ഓവർടൈം എനിക്കാണു സാർ വളരെക്കുറവ്."

"ഒരു ദിവസം നാലുമണിക്കൂർവച്ച് പത്തു ദിവസത്തേക്കു ക്ലെയിം ചെയ്തിരിക്കുന്നല്ലോ...ഞാൻ അതൊന്നും വെട്ടിക്കുറയ്ക്കാതെ അങ്ങനെതന്നെ അയക്കുകയും ചെയ്തു."

"അല്ല സാർ, ഞാൻ സാറിനെ കുറ്റം പറയുന്നില്ല. ഇവിടെ പലർക്കും എന്നോട് അസൂയ..."

"നീ ഇവിടെ ഓഫീസിൽ ഓവർടൈമിനു ഇരിക്കാതെ അലവൻസ് ക്ലെയിം ചെയ്യുന്നതായി അവർ ആക്ഷേപം പറയുന്നുണ്ട്."

"അതെങ്ങനെ സാർ...? എസ്റ്റാബ്ലിഷ്മെന്റുവർക്ക് എന്നുവച്ചാൽ ഇവരുടെയൊക്കെ ശമ്പളം, ഓവർടൈം അലവൻസ്, ഹോളിഡേ വേജസ്, ബോണസ്, ലീവ്സറണ്ടർ തുടങ്ങിയതിനുള്ള ബിൽ എഴുതുന്നതാണല്ലോ. അതൊക്കെ ഇവിടെവച്ചു ചെയ്താലേ ആവുകയുള്ളോ? എല്ലാം വാരിക്കെട്ടി വീട്ടിൽ കൊണ്ടുപോയി പാതിരാത്രിവരെ കുട്ടികളെയും ഭർത്താവിനെയും ഗൗനിക്കാതെ എഴുതി ശരിയാക്കിക്കൊണ്ടുവരുന്നില്ലേ? അതുപോരെ?"

"അതുകൊണ്ടാണു ഞാൻ സാങ്ഷൻചെയ്തയക്കുന്നത്. എന്നാൽ രാവിലെ എട്ടുമണി മുതൽ വൈകുന്നേരം അഞ്ചുമണിവരെ ജോലിചെയ്തിട്ട് പിന്നീടുള്ള സമയത്തിനുമാത്രമേ ഓവർടൈം അലവൻസ് ക്ലെയിം ചെയ്യാവൂ എന്നാണ് റൂൾ...പക്ഷെ, ഒരു സ്ത്രീ അഞ്ചുമണിക്കുശേഷവും ഓഫീസിൽ ഇരിക്കണമെന്നു നിർബന്ധിക്കരുതല്ലോ."

"ഇല്ല സാർ, നാലുമണിക്കൂർ കൂടെ, രാത്രി ഒമ്പതുമണിവരെ ഇവിടെ ഞാൻ ഇരുന്നേ തീരൂ എന്ന് സാറ് പറഞ്ഞാൽ ഞാൻ ഇരിക്കാം സാർ..."

“വേണ്ട...വേണ്ട...എങ്ങനെയും വർക്ക് സഫർചെയ്യാതിരുന്നാൽ മതി...”

ഈ സന്ദർഭത്തിൽ സുകേശൻനായർ, വേലപ്പൻ മുതലായവർ ഓഫീസിലോട്ടുവരുന്നതുകണ്ട് പതുക്കെ അവൾ പിൻവാങ്ങി. എന്നിട്ട് അൽപ്പനേരം അവരോടും ചിരിച്ചു സംസാരിച്ചിട്ട് കുടയുമെടുത്തുകൊണ്ട് മേരിയോടൊപ്പം പുറത്തുപോവുകയും ചെയ്തു. ശരീരസുഖമില്ലെന്നു പറഞ്ഞ് ശോഭ അൽപ്പം മുൻപുതന്നെ, അനുവാദം വാങ്ങിപ്പൊയ്ക്കഴിഞ്ഞിരുന്നു.

‘കട കട’ എന്നു ഒച്ച പുറപ്പെടുവിക്കുന്ന ഇരുമ്പുകൊണ്ടുള്ള ഉന്തുവണ്ടി തള്ളിക്കൊണ്ട് തൊഴിലാളികൾ വർക്ക് സ്പോട്ടിൽനിന്നും തിരിച്ചെത്തി.

സുകേശൻനായർ ക്ലോസ്ചെയ്തുതന്ന കഴിഞ്ഞമാസത്തെ എം എം ആം ഫാറവും നടന്ന ജോലികളുടെ വിവരവും മേശപ്പുറത്തുണ്ടായിരുന്നു. അയാൾ ബ്യൂറോ തുറന്ന് മെഷർമെന്റുപുസ്തകവും ടെമ്പററി അഡ്വാൻസ് ക്യാഷ്‌രജിസ്റ്ററും എടുത്ത് എഴുതാൻ ഇരുന്നു. നിറുത്താതെ എഴുതിയാലും രണ്ടുമൂന്നു മണിക്കൂർ എടുത്താലേ അതു തീരുകയുള്ളൂ. ഇത് ജൂനിയർ എഞ്ചിനീയറുടെ കൈപ്പടയിൽ വേണം എഴുതാൻ എന്നാണ് വകുപ്പിലെ ചട്ടം!

മെഷർമെന്റുബുക്കിൽ മെഷർചെയ്ത വിവരങ്ങൾ രേഖപ്പെടുത്താൻ തുടങ്ങി.

അടിക്കടി ഫോൺ ശബ്ദിക്കുമ്പോൾ ലൈൻമാനോ മറ്റു ഡ്യൂട്ടി സ്റ്റാഫോ വന്ന് ലൈറ്റ് കത്തുന്നില്ല എന്ന പരാതികളിലെ കൺസ്യൂമർ നമ്പരും പോസ്റ്റ് നമ്പരും കംപ്ലയിന്റ് രജിസ്റ്ററിൽ എഴുതിയിട്ട് അവ കുറിച്ചെടുത്തുകൊണ്ടുപോയിരുന്നു.

ഫോൺ അറ്റന്റ്ചെയ്ത ഡ്യൂട്ടി ലൈൻമാൻ മാധവൻ വന്നുപറഞ്ഞു: “സാറെ, സാറിനൊരു ഫോൺ.”

അയാൾ ചെന്ന് റിസീവർ എടുത്തു.

“സാർ...പരമു...ജനറൽ ആശുപത്രിയിൽനിന്നു സംസാരിക്കുന്നു...”

“എന്താണ്? ലക്ഷ്മണനെങ്ങനെയിരിക്കുന്നു?”

“എക്സറേ എടുത്തു...കൊഴപ്പമൊന്നുമില്ല...എന്നാ നല്ല വേദന... അവൻ പറയണത്...ഏതെങ്കിലും മർമ്മാണിയെ കാണിച്ച് എണ്ണയെന്തെങ്കിലുമിട്ട് തടവിനോക്കാം എന്നാണ്. അവന്റെ വീട്ടിൽ അറിയിച്ചിട്ടുണ്ട്. എന്നാൽ ഇതുവരെ വന്നില്ല സാർ...എനിക്കൊന്നു വീട്ടിപ്പോണമല്ലോ. കാലത്തേ വന്നത്...!”

“ശരി...ഇവിടെനിന്ന് ആരെയെങ്കിലും അയക്കാം...അവൻ വന്നിട്ട് നീ വീട്ടിലേക്കു പൊയ്ക്കോ. രൂപ എന്തെങ്കിലും വേണമോ?”

“വേണ്ട...നേരത്തേ സാറ് തന്നതില് കുറച്ചിരുപ്പുണ്ട്.”

“അവിടെ ആരെങ്കിലും വരുന്നതിനുമുമ്പ് നീ പൊയ്ക്കളയരുത്. ലക്ഷ്മണൻ ഇന്നുരാത്രികൂടെ ആശുപത്രിയിൽ കിടക്കട്ടെ. അവന്റെ

വീട്ടിൽനിന്നും ആരും വന്നില്ലെങ്കിൽ നാളെ നമുക്കുതന്നെ ഡോക്ടറോടു പറഞ്ഞ് ഡിസ്ചാർജ് ചെയ്യിച്ച് മർമാണിയുടെ അടുത്തുകൊണ്ടുപോകാം...അവനോടും പറഞ്ഞേക്ക്."

"ശരി സാർ."

അയാൾ ഫോൺ വച്ചു.

ആരെങ്കിലും ആശുപത്രിക്ക് ഉടനേ അയക്കത്തക്കവണ്ണം സുകേശൻനായരെ ഏർപ്പെടുത്തിയിട്ട് വീണ്ടും തന്റെ കസേരയിൽ വന്നിരുന്ന് മെഷർമെന്റുബുക്കിൽ എഴുത്തു തുടങ്ങി.

പന്ത്രണ്ട്

"നമസ്കാരം സാർ..."

തല ഉയർത്തിനോക്കി, ജൂബയും കക്ഷത്തു വലിയ ഒരു കുടയുമായി ഒരാൾ തൊഴുതുകൊണ്ടു നിൽക്കുന്നു.

എവിടെയോ കണ്ടുമറന്ന മുഖം!

"എന്താ...?

"അല്ല, മൂന്നുമാസത്തിനുമുമ്പ് എന്റെ എരുമ ഷോക്കടിച്ചു ചത്തതിനു നഷ്ടം ചോദിച്ചുകൊണ്ട് ഒരു അപേക്ഷ ഞാൻ കൊടുത്തിരുന്നു... ഇനിയും ഒന്നും കിട്ടിയില്ല."

മൂന്നുമാസത്തിനുമുമ്പ് ഒരു ദിവസം അതിരാവിലെ ലൈൻമാൻ പരമു ഫോണിൽ അറിയിച്ചത് അയാൾക്കോർമ്മവന്നു:

"സാർ...അമ്പാനൂരിൽ പതിനേഴാം നമ്പർ പോസ്റ്റിന്റെ സ്റ്റേയിൽ രാത്രി ആരോ എരുമയെ കൊണ്ടുകെട്ടിയിരുന്നതായി തോന്നുന്നു. രാവിലെ ഒരു എരുമ ചത്തുകിടക്കുന്നതായി കണ്ടുവെന്നും ഇലക്ട്രിക് ഷോക്കുകൊണ്ടാണ് ചത്തതെന്നും കുറച്ചുമുമ്പ് ഫോൺവന്നു. ഞാൻ അവിടെചെന്നുനോക്കിയപ്പോൾ ലൈനിൽ ലീക്കേജ് ഒന്നും ഇല്ല. ഏതിനും ലൈൻ ഓഫ് ചെയ്തിട്ടുണ്ട്."

"സ്റ്റേയിൽ ലീക്കേജ് ഒന്നുമില്ലേ...?"

"ഒന്നുമില്ല സാർ...എന്നാൽ...എരുമയെക്കെട്ടിയിരുന്നത് സ്റ്റേയിൽ ആണ്. പക്ഷേ, അതു ചത്തുകിടന്നത് ആ ചെറിയ കവലയ്ക്കടുത്തുള്ള ഒരു വർക്ക്ഷോപ്പിന്റെ ചുവരിൽതൊട്ടിട്ടും. ആ ചുവരിൽക്കൂടെ ഒരു എർത്ത് കമ്പി താഴോട്ടിറങ്ങുന്നുണ്ട്. അതില് ലീക്കെന്തെങ്കിലും ഉണ്ടായിരുന്നിരിക്കണം..."

"ശരി...നീ എവിടന്നാണു സംസാരിക്കുന്നത്?"

"ഇവിടെ, സ്പോട്ടില് ഒരു പ്രൈവറ്റ് ഫോണില്."

"അവിടത്തന്നെ നിൽക്ക്. ഞാൻ ഇതാവന്നേച്ചു."

അങ്ങനെ അയാൾ അവിടെ പാഞ്ഞെത്തി. ഇനി ഫസ്റ്റ് റിപ്പോർട്ട്, ആക്സിഡന്റുറിപ്പോർട്ട്, വിശദമായ അറിയിക്കൽ ഇതൊക്കെ ഇൻസ്പ ക്ടറേറ്റ്, ചീഫ് എഞ്ചിനീയർ ഓഫീസ് ഇവിടെയൊക്കെ അയക്കണം... ആകെക്കൂടി തലവേദനതന്നെ!"

അയാൾ അവിടെപ്പോയി നോക്കി. എരുമ ചത്തുകിടപ്പുണ്ട്...വലിയ ആൾക്കൂട്ടം...എരുമയുടെ ഉടമസ്ഥൻ–ഇയ്യാൾതന്നെ–നെഞ്ചത്തടിച്ചു നില വിളികൂട്ടുന്നു: "അ...യ്യോ...എന്റെ ആയിരംരൂപാ പോയേ...നല്ല കറവയുള്ള എരുമ പോയേ..."

രാജശേഖരൻ അവിടെയൊക്കെ ചുറ്റിനടന്ന് പരിശോധന നടത്തി. ആവശ്യമുള്ള സ്ഥലങ്ങളൊക്കെ അളന്ന് റിപ്പോർട്ടെല്ലാം തയ്യാറാക്കി ബന്ധപ്പെട്ട എല്ലാവർക്കും അയച്ചുകൊടുത്തു.

ഇയാൾ, എരുമ ചത്തത് ഇലക്ട്രിക് ഷോക്ക് മൂലമാണെന്നുള്ളതിനു മൃഗഡോക്ടർ നൽകിയ പോസ്റ്റുമോർട്ടം സർട്ടിഫിക്കറ്റുസഹിതം, ആയി രംരൂപാ നഷ്ടപരിഹാരം ലഭിക്കാനുള്ള നിവേദനം സകല മേലധികാരി കൾക്കും സർക്കാരിനും നൽകിയിരുന്നു.

എരുമയുടെ ഉടമസ്ഥൻ, ആ വാർഡുകൗൺസിലറുടെ ബന്ധുവാ ണെന്നു മനസ്സിലായി, മുകളിൽനിന്ന് കടലാസിനുമേൽ കടലാസുവരാൻ തുടങ്ങി. കൗൺസിലറുടെ ഫോൺകാളുകൾ ദിനംപ്രതി വേറെയും...! ഇതിനിടയിൽ ഇൻസ്പെക്ടറേറ്റിൽനിന്ന് 'സ്റ്റേയിലുള്ള ലീക്കേജ്' എന്തു കൊണ്ടു നേരത്തേതന്നെ ഇൻവെസ്റ്റിഗേറ്റുചെയ്ത് ശരിയാക്കിയില്ല? നഷ്ടപരിഹാരത്തുക ജൂനിയർ എഞ്ചിനീയറിൽനിന്നും ഈടാക്കി എരു മയുടെ ഉടമസ്ഥന് കൊടുക്കാതിരിക്കാനും, ജൂനിയർ എഞ്ചിനീയറുടെ പേരിൽ ആക്ഷൻ എടുക്കാതിരിക്കാനും കാരണം ബോധിപ്പിക്കുക, എന്നൊക്കെയുള്ള വാറോലകളും വരാൻ തുടങ്ങി.

'സ്റ്റേയിൽ എരുമയെ കെട്ടിയത് നിയമപ്രകാരം കുറ്റം. മാത്രമല്ല, തന്റെ നേരിട്ടുള്ള പരിശോധനയിൽ സ്റ്റേയിൽ ലീക്കേജ് ഒന്നും കണ്ടില്ല. ഒരുപക്ഷെ, അടുത്തുള്ള വർക്ക്ഷോപ്പിലെ എർത്തിലെ ലീക്കേജ് ആയി രിക്കാം കാരണം. വകുപ്പിൽനിന്നും നഷ്ടപരിഹാരത്തുക കൊടുക്കേണ്ട ആവശ്യമില്ല, ഇങ്ങനെ അയാൾ മറുപടി എഴുതി.

"സാർ...നഷ്ടപരിഹാരത്തിനു സാറ് റെക്കമെന്റുചെയ്താൽ തീർച്ചയായും കിട്ടുമെന്നാണു പറയണത്..."

"സ്റ്റേകമ്പിയിൽ ലീക്കേജ് ഇല്ലാതിരുന്ന സ്ഥിതിക്ക് നഷ്ടപരിഹാ രത്തിന് എനിക്ക് എങ്ങനെ ശുപാർശചെയ്യാൻ കഴിയുമെന്നെനിക്കുതന്നെ മനസ്സിലാവുന്നില്ല."

അൽപ്പനേരംകൂടെ തർക്കിച്ചുനിന്നശേഷം ആ മനുഷ്യൻ കോപ ത്തോടെ ഇറങ്ങിപ്പോയി.

അയാൾക്കും തന്നോടാണു പരിഭവം! പക്ഷെ, തനിക്കെന്തുചെയ്യാൻ കഴിയും?

ഇയാളുടെ കാര്യം പോട്ടെ, ഇതൊരു സാധാരണ വ്യക്തി...എന്നാൽ എല്ലാകാര്യങ്ങളും അറിയാവുന്ന, ഇതേ വകുപ്പിലെ ഒരു അസിസ്റ്റന്റ് എഞ്ചിനീയർ രാമന്റെ കാര്യമോ?

കഴിഞ്ഞമാസം ശങ്കരരാമന്റെ അച്ഛൻ–വയസ്സ് എൺപത് ആയിരിക്കും–മരിച്ചതറിഞ്ഞ് ദുഃഖമന്വേഷിച്ച് സുകേശൻനായരുടെ കൂടെ അങ്ങേരുടെ വീട്ടിലേക്കുപോയിരുന്നു. അപ്പോൾ അവിടെ രാജശേഖരന്റെ മേലധികാരി അസിസ്റ്റന്റ് എഞ്ചിനീയർ പോറ്റിയും നഗരത്തിലെ എല്ലാ സെക്ഷനിലെയും നാലഞ്ചുജൂനിയർ എഞ്ചിനീയർമാരും ഉണ്ടായിരുന്നു.

അയാളെ കണ്ടപ്പോൾ ശങ്കരരാമന് അച്ഛൻ മരിച്ച ദുഃഖം ഒറ്റയടിക്കുമറന്നുപോയി. പോറ്റിയോട് അങ്ങേർ ആക്ഷേപം പറഞ്ഞു: “പോറ്റീ... ഒന്നും പറയണ്ട...നാട്ടിലേക്കൊക്കെ വെളിച്ചംകൊടുക്കുന്ന ഇലക്ട്രിസിറ്റി ബോർഡിൽത്തന്നെയാണ് ഞാനും ജോലിചെയ്യുന്നത്. പക്ഷെ, എന്തു പറയാൻ? ഇന്നലെ രാത്രി അച്ഛൻ വെപ്രാളമെടുത്തുകൊണ്ടിരിക്കുന്നു... ഡോക്ടർ പ്രഷർ നോക്കുകയാണ്. ആ സമയംനോക്കി ലൈറ്റൊക്കെ ‘ടപ്പെ’ന്നു അണഞ്ഞു. ഇവിടെയാണെങ്കിലോ, മണ്ണെണ്ണയുണ്ടോ മെഴുകുതിരിയുണ്ടോ? ആകെ കുഴപ്പമായി. ഒടുവിൽ ഇയാളുടെ സെക്ഷനിൽ വിളിച്ചുപറഞ്ഞ് അവിടന്ന് ആൾവന്ന് ശരിയാക്കി ലൈറ്റുകിട്ടാൻ അരമണിക്കൂർ എടുത്തു...”

അങ്ങേർ തുടർന്നുകൊണ്ടേയിരുന്നു. ആ വീട് രാജശേഖരന്റെ സെക്ഷനതിർത്തിക്കകത്തുതന്നെയാണ്. അതുകൊണ്ട് ഇതിനൊക്കെ ഉത്തരവാദി ആ ജൂനിയർ എഞ്ചിനീയർ തന്നെയാണല്ലോ!

ഒരു വിദ്യുച്ഛക്തി വിതരണ സെക്ഷൻ ഓഫീസിൽ ഒരു ഷിഫ്റ്റിൽ ഡ്യൂട്ടിക്ക് ലൈൻസ്റ്റാഫ് ആകെ മൊത്തം നാലഞ്ചുപേരേ കാണുകയുള്ളൂ... അതിൽ രണ്ടുപേർ തെരുവുവിളക്കു കത്തിക്കാൻ പോവും. ബാക്കിയുള്ള രണ്ടുമൂന്നുപേരാണ് ആ സെക്ഷനകത്തുള്ള കൺസ്യൂമർമാരുടെ ഇടയിൽനിന്നുള്ള ‘ഫ്യൂസ് കാളു’കളും ‘ഫാൾട്ട്’ അറിയിപ്പുകളും കുറിച്ചുകൊണ്ട് അവിടെയൊക്കെ സൈക്കിളിൽപോയി ശരിയാക്കിയിട്ടു വരേണ്ടത്. എത്രയൊക്കെ ആയാലും ഫോൺകാൾ കിട്ടിയിട്ട് ഒരാൾ പെട്ടെന്നുചെന്ന് വീണ്ടും സപ്ലൈകൊടുക്കാൻ ഈ അരമണിക്കൂർ വേണ്ടിവരും എന്നകാര്യം ഇതുപോലെയുള്ള സെക്ഷൻ ഓഫീസിന്റെ നടത്തിപ്പുകാര്യങ്ങൾ ബോധ്യമുള്ള ശങ്കരരാമനു മനസ്സിലാക്കാൻ കഴിയാത്തതല്ല. എന്നിട്ടും ഒന്നും അറിയാത്തതുപോലെ അങ്ങേർ ഇങ്ങനെ ശരമാരിയായി പരാതി പറഞ്ഞുതുടങ്ങിയതുകണ്ടപ്പോൾ ഇനിയും കുറേക്കൂടി കഴിഞ്ഞാൽ “നീയാണ് എന്റെ അച്ഛനെ കൊന്നത്?” എന്നുപറഞ്ഞ് തന്റെ മേൽ ചാടിവീഴുമോ എന്ന് അയാൾക്കു ഭയംതോന്നി.

‘സാർ...എനിക്കറിയാം, ഡ്യൂട്ടിസ്റ്റാഫിനറിയാം ഇത് ബഹുമാനപ്പെട്ട അസിസ്റ്റന്റ് എഞ്ചിനീയറായ താങ്കളുടെ വീടാണെന്ന്. എന്നാൽ, പാവം വിദ്യുച്ഛക്തിക്കറിയാമോ അത്?’ മനസ്സിനകത്തുവച്ച് വിമ്മുന്നതിനേ കഴിഞ്ഞുള്ളൂ.

അങ്ങേരുടെ ആക്ഷേപം കേട്ട പോറ്റി അരമണിക്കൂർ നേരത്തേക്കു തന്നെ തറയിൽ നിർത്താതെ എല്ലാവരുടെയും മുമ്പിൽവച്ച് ശാസിച്ച് അപമാനിച്ചു! അത് ഓർമ്മിക്കുമ്പോൾപോലും വിയർത്തൊലിക്കുന്നു! അസിസ്റ്റന്റ് എഞ്ചിനീയർ–കീഴ് ഉദ്യോഗസ്ഥൻ ഈ വ്യത്യാസമിരുന്നിട്ടും മാനുഷികബന്ധങ്ങളുടെ പേരിൽ ദുഃഖമന്വേഷിച്ചുവന്നതിന് തനിക്ക് ഇത്രയുംവേണം! തലയും താഴ്ത്തിക്കൊണ്ട് അവിടന്നിറങ്ങേണ്ടിവന്നു.

അങ്ങനെ ആ അസിസ്റ്റന്റ് എഞ്ചിനീയർതന്നെ ക്ഷോഭിച്ചപ്പോൾ എരുമയുടെ ഉടമസ്ഥനായ ഈ സാധാരണ വ്യക്തിയുടെ കോപത്തിൽ ആശ്ചര്യപ്പെടാൻ എന്തിരിക്കുന്നു?

പേനയിൽ മഷിയില്ലെന്നു തോന്നുന്നു...എഴുത്തു തടസ്സപ്പെട്ടു. മേശ വലിപ്പുതുറന്ന് മഷിയെടുത്ത് പേനയിൽ നിറച്ചു.

ഇന്ന് സുകേശൻനായർക്കും സെക്കൻഡ്ഗ്രേഡ് ഓവർസിയർ ശശിധരൻനായർക്കും ആണ് വൈകുന്നേരം അഞ്ചരമുതൽ ഒമ്പതുവരെ "പീക്‌ലോഡ് ഡ്യൂട്ടി." ആ നാലുമണിക്കൂർ നേരത്തേക്ക് സൂപ്പർവൈസറി സ്റ്റാഫ് ആയ ഇവർക്ക് ഡബിൾ വേജസ് ഉണ്ട്. ഇതേ ഒമ്പതുമണിവരെയോ അതിലും കൂടുതലോ ഇവിടെ ഇരിക്കുന്ന തനിക്ക് ഒരു പൈസപോലും ബെനിഫിറ്റ് ഇല്ല എന്നത് ഇപ്പോഴൊന്നും അധികം ആലോചിച്ച് അയാൾ മനസ്സുപുണ്ണാക്കാറില്ല! ഒരു എഴുത്തുകാരൻകൂടി ആയിരുന്ന സുകേശൻനായർ അതുപോലുള്ള ചില കൂട്ടുകാരോടൊന്നിച്ച് അടുത്ത മുറിയിൽ സാഹിത്യചർച്ചയിൽ ഏർപ്പെട്ടിരിക്കുന്നു. ഇവിടെ താൻ ആകട്ടെ 'മെഷർമെന്റു' ബുക്കിനോടു മല്ലിട്ടുകൊണ്ടു തല ഉയർത്താൻ നേരമില്ലാത്ത സ്ഥിതിയിൽ ജോലിയിൽ മുങ്ങിക്കിടക്കുകയും.....

പതിമൂന്ന്

പെട്ടെന്ന് ലൈറ്റുകളൊക്കെ അണഞ്ഞു. അയാളുടെ നെഞ്ചു 'പട പടെ'ന്നു അടിക്കാൻ തുടങ്ങി. ഈ സെക്ഷനിലാണ് റേഡിയോ നിലയം, രണ്ടുമൂന്നു ആശുപത്രികൾ, സിനിമാതീയേറ്ററുകൾ, നാലഞ്ചു മന്ത്രിമന്ദിരങ്ങളുൾപ്പടെ പല വി ഐ പി പാർപ്പിടങ്ങളും ഉള്ളത്, ഈ സന്ധ്യാസമയത്ത് ഏഴുമണിക്ക്-ഇവിടെ വൈദ്യുതി നിലച്ചുപോയാൽ?

ഫോൺ നിർത്താതെ ശബ്ദിച്ചുതുടങ്ങി.

സുകേശൻനായർ സാഹിത്യചർച്ച പകുതിയിൽ നിർത്തിയിട്ട് എണീറ്റുവന്നു. ആരോ ടോർച്ചുകൊണ്ടുവന്നു.

നഗരത്തിലേക്കാകെ വിദ്യുച്ഛക്തി വിതരണംചെയ്യുന്ന നരിപ്പാറ സബ്സ്റ്റേഷനിലേക്ക് അയാൾ ഫോൺവിളിച്ചപ്പോൾ പതിവുപോലെ എൻഗേജ്ഡ്. പലവട്ടം ശ്രമിച്ചിട്ടും കിട്ടാതായപ്പോൾ എക്സ്ചേഞ്ചിൽ വിളിച്ചുപറഞ്ഞ് വീണ്ടും രണ്ടുമൂന്നുതവണ ശ്രമിച്ചപ്പോൾ അവസാനം കിട്ടി.

"ഹലോ..ഇത് പുത്തൻകാട്ട് ജെ ഇ രാജശേഖരൻ എന്താണ്...ഇലവൻ കെ വി ലൈൻ ഫാൾട്ടാണോ?"

"അതേ...എച്ച് വൈ എസ് നമ്പർ വൺ ഓവർ ഹെഡ് ഫീഡറിൽ മരം എന്തോ ഒടിഞ്ഞുവീണ് ഫാൾട്ടാണ്. നമ്പർ ടു ഫീഡറിൽ സിറ്റിയിലെ മുഴുവൻ ലോഡും കൊടുത്താൽ നിൽക്കുകയില്ല. അതുപോവും. അതുകൊണ്ട് കുറേലോഡ് കുറയ്ക്കാൻ എല്ലാ സെക്ഷനിലോട്ടും പറഞ്ഞുകൊണ്ടിരിക്കുകയാണ്...നിങ്ങളും 'പീക്ക്ലോഡു' സമയംവരെ അൽപ്പം ലോഡ് ഐസലേറ്റുചെയ്യണം...

"അങ്ങനെയാണോ? ആൾട്ടർനേറ്റു ഫീഡിംഗ് ചെയ്യാൻ എത്ര സമയം ആകും?"

"ലോഡു റീഡിംഗ് ഇപ്പോൾ വലുതായിട്ടുകുറഞ്ഞിട്ടില്ല. കുറഞ്ഞയുടനെ നമ്പർ ടു ഫീഡറിൽ കൊടുക്കാം. എങ്ങനെയും പതിനഞ്ചുമിനിട്ട് ആകും"

"ശരി" ഫോൺവച്ചിട്ടു തിരിഞ്ഞതേയുള്ളൂ. അത് വീണ്ടും ശബ്ദിച്ചു. വീണ്ടും റിസീവർ എടുത്തു".

"ഇത് ശങ്കരരാമൻ. ആര് രാജശേഖരനോ?"

"അതെ സാർ..."

"ഛെ...എന്തോന്നു ഇഴവാണു ഹേ ഇത്? ഇവിടെ എന്റെ ഹൗസിൽ ലൈറ്റില്ല."

"സാർ...എച്ച് വൈ എസ് നമ്പർ വൺ ഫീഡർ ഫാൾട്ട്..."

"അടുത്ത വീട്ടിലൊക്കെ ലൈറ്റ് ഉണ്ടല്ലോ..."

"അതിന് എന്തുചെയ്യാനാണ് സാർ...അത് ത്രീ പോയിന്റു ത്രീ കെ വി ഫീഡറിൽ കിടക്കുന്നു. സാറിന്റെ വീട്ടിലേക്കുള്ള കണക്ഷനും ആദ്യം അതിൽത്തന്നെയാണു കിടന്നത്. അതിലായിരുന്നപ്പോൾ അടിക്കടി ലൈറ്റണയുന്നു, അതുകൊണ്ട് ഇലവൻ കെ വി ഫീഡറിലേക്കു മാറ്റിയിടണമെന്നുസാറുതന്നെയാണുപറഞ്ഞത്. അതുകൊണ്ടാണ് ഞങ്ങൾ മാറ്റിയതും."

"കംപ്ലീറ്റ്ലോഡും ത്രീപോയിന്റ് ത്രീ കെ വി ലൈനിൽ ആക്കിയാലോ?"

"ഇപ്പോൾ എരിയുന്ന വിളക്കുകളും അണയും."

"അണഞ്ഞോട്ടെ, ഇവിടെ ഈ ഇലക്ട്രിസിറ്റിബോർഡിലെ അസിസ്റ്റന്റ് എഞ്ചിനീയർ ആയ ഞാനും എന്റെ കുടുംബവും ഇരുട്ടിൽ ഇരിക്കേ അവരൊക്കെ വെളിച്ചത്തിൽ ഇരിക്കാനോ? ഛേ, എനിക്ക് ഇത് മാനക്കേടാണ് ഛേ! എന്റെ പ്രസ്റ്റീജിന്റെ ക്വസ്റ്റ്യൻ!"

"ഞാൻ എന്തുചെയ്യാനാണ് സാർ...ഇവിടെ, ഓഫീസിൽ ഞങ്ങളും എല്ലാരും ഇരുട്ടിൽത്തന്നെയാണിരിക്കുന്നത്..."

"ഓഹോ...? ധിക്കാരം പറയാനും തുടങ്ങിയോ? അങ്ങനെയാണെങ്കിൽ എക്സിക്യൂട്ടീവ് എഞ്ചിനീയറോടുപരാതിപറയാതെ നിവൃത്തിയില്ല."

"പറയണം സാർ...കല്ലുപോലെയിരിക്കണ മനുഷ്യൻപോലും ശടേന്നു മണ്ണടിഞ്ഞുപോവുന്നു. ഇലക്ട്രിസ്റ്റിസപ്ലൈ എപ്പോഴും ഉണ്ടായിരുന്നാൽ എല്ലാവർക്കും സന്തോഷം. എപ്പോഴെങ്കിലും ഇങ്ങനെ തകരാറുവന്നാൽ അത് ശരിയാക്കുന്നതുവരെ ക്ഷമിക്കാതെ പിന്നെന്തു വഴിയാണുള്ളത്? ഇതെന്തു വല്ല ചെപ്പടിവിദ്യയോ മറ്റോ ആണോ? ലോഡ് കുറച്ചശേഷമല്ലേ ഫീഡർ മാറ്റിയിടാൻ പറ്റുകയുള്ളൂ. മാത്രമല്ല, ഫീഡർ മാറ്റിയിടുകയെന്നതു എന്റെ സെക്ഷനിലെ ജോലിയുമല്ല. അതു ചെയ്യേണ്ടതു നരിപ്പാറ സബ്സ്റ്റേഷനിൽ ആണ്. മെയിൻ ഇന്ററപ്ഷൻ വരുമ്പോഴൊക്കെ സാറുമാത്രം കിടന്നു ബഹളംവച്ചാൽ എങ്ങനെയാണു സാർ....?"

കുറേക്കാലമായി മനസ്സിനകത്തു തിങ്ങിമറഞ്ഞിരുന്ന വാക്കുകൾ അണമുറിഞ്ഞു പ്രവഹിച്ചു.

'ടക്കെ'ന്നു ഫോൺവയ്ക്കുന്ന ശബ്ദം. അയാളും ഫോൺവച്ചിട്ടു തിരിഞ്ഞു. അയാൾക്കു വിയർക്കുന്നുണ്ടായിരുന്നു.

"ഈ ശങ്കരരാമനു വേറെ പണിയൊന്നുമില്ല സാർ...എപ്പൊ നോക്കിയാലും ഇങ്ങനെ വഴക്കിനുവരുന്നതു അങ്ങേരുടെ പതിവായിപ്പോയി സാർ..." സുകേശൻനായർ ആശ്വസിപ്പിക്കുന്ന ധ്വനിയിൽ പറഞ്ഞു.

"ആവട്ടെ കുറച്ചുലോഡു കുറയ്ക്കണം..." വേണ്ട നിർദ്ദേശങ്ങളൊക്കെ കൊടുത്തിട്ട് ഡ്യൂട്ടിസ്റ്റാഫിനെ അയാൾ അയച്ചു.

ഇതിനിടയിൽ ആരോ മെഴുകുതിരി കത്തിച്ചുകൊണ്ടുവന്നു ഉറപ്പിച്ചുനിർത്തി. വിടാതെ അലറിക്കൊണ്ടിരുന്ന ഫോൺ എടുത്ത് ഓരോരുത്തരോടും "മെയിൻ ഫാൾട്ട്. പതിനഞ്ചു മിനിറ്റിനകം ലൈറ്റ് വരും." എന്നുവീണ്ടും വീണ്ടും പറഞ്ഞുകൊണ്ടിരിക്കുകയായിരുന്നു ഡ്യൂട്ടി ലൈൻമാൻ.

റേഡിയോനിലയത്തിൽനിന്നും മന്ത്രിമന്ദിരത്തിൽനിന്നും പുത്തൻകാട് ഡബ്ളിയൂ ആൻഡ് സി ആശുപത്രിയിൽനിന്നും സിനിമാതീയേറ്ററിൽനിന്നും ഒക്കെ ഫോൺകോളുകൾ വന്നുകൊണ്ടിരുന്നു.

നല്ലകാലം....ഇരുപതുമിനിറ്റിനകം വിദ്യുച്ഛക്തി വിതരണം പുനരാരംഭിച്ചു.

അഞ്ചുമിനിറ്റു കഴിഞ്ഞപ്പോൾ ഫോൺ ശബ്ദിച്ചു. ഫോൺ എടുത്ത ലൈൻമാൻ വന്നുപറഞ്ഞു: "എക്സിക്യൂട്ടീവ് എഞ്ചിനീയർ സാറിനെ വിളിക്കുന്നുണ്ട്."

രാജശേഖരൻ ചെന്ന് ഫോൺ കൈയിലെടുത്തു. നെഞ്ചിനകത്തൊരു പടപടപ്പ്.

ശങ്കരരാമൻ അതിനകം കൊളുത്തിക്കൊടുത്തുവോ?

"ആര്, രാജശേഖരനാണോ?"

"അതെ സാർ...ഗുഡ് ഈവനിംഗ് സാർ."

"ഗുഡ് ഈവനിംഗ്....അല്ലാ, എന്തായിരുന്നു ഫാൾട്ട്?"

"എച്ച് വൈ എസ് നമ്പർ വൺ ഫീഡറിൽ മരമോ എന്തോ മുറിഞ്ഞുവീണു ഫാൾട്ട് ആയി. ഇപ്പോൾ ലോഡുകുറച്ച് ഫീഡർ ടൂവിൽ സപ്ലൈ കൊടുത്തുകഴിഞ്ഞു..."

"ഇന്ററപ്ഷൻ എത്രനേരം ഉണ്ടായിരുന്നു?"

"ഇരുപതുമിനിറ്റ്"

"ശങ്കരരാമന്റെ വീട് ഇരിക്കുന്ന ഏര്യായിലേക്ക് ത്രീപോയിന്റ് ത്രീ കെ വി ട്രാൻസ്ഫോർമറിൽനിന്നു ആൾട്ടർനേറ്റു ഫീഡ് ചെയ്യാത്തത് എന്തുകൊണ്ടാണ്?"

"സാർ, ഇലവൻ കെ വി ഫോർഹണ്ഡ്രഡ് വോൾട്ടിന്റെ ഇരുന്നൂറ്റി അമ്പതു കെ വി എ കപ്പാസിറ്റിയുള്ള ട്രാൻസ്ഫോർമറിൽ കൊടുത്തിട്ടുള്ള ലോഡുമുഴുവനും ത്രീപോയിന്റ് ത്രീ കെ വി ഫോർഹണ്ഡ്രഡ് വോൾട്ടിൽ കൊടുത്താൽ ട്രാൻസ്ഫോർമർ നിലയ്ക്കുകയില്ല."

"എന്തുകൊണ്ട്?"

"ത്രീപോയിന്റു ത്രീ കെ വി ഫോർഹണ്ഡ്രഡ് ട്രാൻസ്ഫോർമറിന്റെ കപ്പാസിറ്റി നൂറു കെ വി എ മാത്രമാണ് സാർ...

"ശരി, ശരി, ഇപ്പോ സപ്ലൈ ഉണ്ടല്ലോ...?"

"ദെൻ റൈറ്റ്."

അങ്ങേർ ഫോൺ താഴെവയ്ക്കുന്നു.

അയാൾ തന്റെ സീറ്റിൽ വന്നിരിക്കുന്നു.

"എന്നാലും ഈ ശങ്കരരാമന് ഇങ്ങനെ ഈ കൊളുത്തിക്കൊടുക്കണ ഏർപ്പാടു നല്ലതിനല്ല സാർ..."

"ഉം...അത് അങ്ങേരുടെ സ്വഭാവം..."

അങ്ങേരുടെ അച്ഛൻ മരിച്ചദിവസം ദുഃഖം അന്വേഷിച്ചു ചെന്നപ്പോൾ ഉണ്ടായ അനുഭവം അയാൾക്ക് വീണ്ടും ഓർമ്മവന്നു.

"ഈ ശങ്കരരാമനെപ്പറ്റി ഈ സിറ്റിയിലെ സകല സിനിമാതീയേറ്റർ മുതലാളിമാരും എത്ര നിസ്സാരമായിട്ടാണു പറയണതെന്ന് അറിയാമോ? ഞാൻതന്നെ എന്റെ കാതുകൊണ്ടു ഇന്നലെ കേട്ടതാണ്..."

അയാൾ സുകേശൻനായരുടെ മുഖത്തേക്കു ചോദ്യഭാവത്തിൽ നോക്കി.

"തന്നെ സാർ...അങ്ങേരും ഭാര്യയും പിള്ളേരുമൊക്കെ ഓസിനു സിനിമ കാണുന്നതു പോരാഞ്ഞിട്ട്, ഇന്നലെ മെജസ്റ്റിക് തീയേറ്ററിലേക്ക്, നാട്ടിൽനിന്നുവന്ന അങ്ങേരുടെ അമ്മാവനെയും അമ്മാവിയെയും പിന്നെ അങ്ങനെയിങ്ങനെ ഒരു പത്തുപേരെയുംകൊണ്ട് ഡിപ്പാർട്ടുമെന്റു ജീപ്പിൽ ഒരു വരവ്! അവിടെയാണെങ്കിലോ, ഇന്നലെ ഒരു പുത്തൻ പടം, ഭയങ്കര റഷും! എല്ലാരെയുംകൊണ്ട് "ഓസിനു കേറിക്കഴിഞ്ഞപ്പം തീയേറ്ററിന്റെ ഓണർ പറഞ്ഞത് അങ്ങേർ കേട്ടിരിക്കണം...ഛെ...ഛെ...ഛെ..."

ആ സംസാരം നീട്ടിക്കൊണ്ടുപോകാൻ അയാൾ അനുവദിച്ചില്ല. തന്റെ കീഴ്ജീവനക്കാർ തന്റെ മേലധികാരിയെപ്പറ്റി അങ്ങനെ സംസാരിക്കുന്നതുകേട്ടുകൊണ്ടിരിക്കുന്നതു നല്ല ഏർപ്പാടായി അയാൾക്കു തോന്നിയില്ല.

വീട്ടിൽനിന്നും മാലതി ഫോണിൽ വിളിച്ചു.

"കണ്ണനു നല്ല പനി...ഡോക്ടറുടെ അടുത്തുപോകണം."

"എന്ത്...? ഞാൻ ഉച്ചയ്ക്കുവരുമ്പോ ചുമ്മായാണല്ലോ ഇരുന്നത്...?"

"അതെ, അപ്പൊ ഒന്നുമില്ലായിരുന്നു. അതുകൊണ്ടു കുളിപ്പിച്ചു. ഇപ്പോ ഉറങ്ങി എണീറ്റു...നല്ല പനി..."

"ശരി, എനിക്കു വളരെ ജോലിയുണ്ട്. നീതന്നെ ഒരു ടാക്സി പിടിച്ച് ഡോക്ടറുടെ അടുത്തുകൊണ്ടുപോ..."

"ഊ ഹും...ഗീതയും രമയും വരണമെന്നു വാശിപിടിക്കും ഞാൻ ഒറ്റക്കു ഈ മൂന്നിനെയും എങ്ങനെ കൊണ്ടുപോവും.?"

അയാൾക്കു ശുണ്ഠിവന്നു.

"അതിനു ഞാൻ ഇപ്പോ എന്തുചെയ്യണം? എനിക്ക് ഒരുപാടു ജോലി ഉണ്ട്..."

അയാൾ ഫോൺ വച്ചുകളഞ്ഞു.

എഴുതുന്ന ജോലിയിൽ വീണ്ടും ഏർപ്പെട്ടു.

പതിനാല്

ഫോൺ ശബ്ദിച്ചു. ലൈൻമാൻ റിസീവർ എടുത്തു സംസാരിച്ചിട്ട് അയാളുടെ അടുത്തുവന്നു.

"സാറിനെ ആരോ വിളിക്കുന്നുണ്ട്."

അയാൾ എണീറ്റുചെന്നു.

"ഹലോ..."

"വർക്കേഴ്സ് യൂണിയൻ പ്രസിഡന്റ് കൃഷ്ണദാസ്..."

"എന്താണുകാര്യം?"

"നിങ്ങളുടെ സെക്ഷനിൽ വർക്കേഴ്സിന് ഇനിയും യൂണിഫോം കൊടുത്തിട്ടില്ല എന്ന് എനിക്കു പരാതി കിട്ടിയിരിക്കുന്നു. എന്താ കൊടുക്കാത്തത്?"

"സ്റ്റോറിൽനിന്നു തുണി കിട്ടിയിട്ടില്ല. അതാണ് കൊടുക്കാത്തത്."

"മറ്റെല്ലാ സെക്ഷനിലും കൊടുത്തിട്ടുണ്ടല്ലോ?"

"അവർക്ക് കിട്ടിക്കാണും..."

"നിങ്ങൾക്കുമാത്രം കിട്ടിയില്ലെ? എന്തായാലും ഇതു ശരിയല്ല. നിങ്ങൾമാത്രം ഇങ്ങനെ എൻ എം ആർ വർക്കേഴ്സിന്റെ കാര്യത്തിൽ സിൻസിയർ അല്ലാതിരുന്നാൽ അതു നിസ്സാരമാക്കി വിടാൻ എനിക്കു കഴിയില്ല."

അയാൾക്ക് ദേഷ്യം വന്നു. "നിങ്ങൾ എന്നെ പേടിപ്പിക്കണ്ട, എന്റെ സിൻസിയറിറ്റിയെപ്പറ്റി നിങ്ങൾക്ക് ആക്ഷേപമുണ്ടെങ്കിൽ അത് എന്റെ മേലധികാരിയോടു റിപ്പോർട്ടുചെയ്യണം. ഇന്നുംകൂടെ സ്റ്റോറിലേക്ക് ഇൻഡന്റ് അയച്ചിരുന്നു. അതു കിട്ടാത്തതിനു ഞാനാണോ ഉത്തരവാദി?"

"ആവട്ടെ, ഇത് ഞങ്ങൾക്ക് ഇനി ഒരു ഇഷ്യു ആക്കാതെ നിവൃത്തിയില്ല..."

ഫോൺവെച്ചു.

അയാൾ തന്റെ ഇരിപ്പിടത്തിൽ വന്ന് ഇരുന്നു. അയാളുടെ മുഖം കണ്ടിട്ടാണോ എന്തോ, അടുത്ത മുറിയിൽ അയാളുടെ നേരെയിരുന്ന സുകേശൻനായർ അവിടെയിരുന്നു ചോദിച്ചു:

"ആരാണു സാർ...?"

"കൃഷ്ണദാസ്...വർക്കേഴ്സിനു യൂണിഫോം കൊടുക്കാതെ എന്നെ അങ്ങേർ വിടാൻപോണില്ല പോലും...സ്റ്റോറിൽ തുണിയില്ലാതെ ഞാൻ എന്തുചെയ്യാനാണ്?"

"ഓഹോ! അങ്ങേരുതന്നെയല്ലെ! ഞാൻ ഊഹിച്ചു സാർ എന്തിന് ഇത്രവിശദമായി, താണുകിണഞ്ഞ് അങ്ങേരോടു പറഞ്ഞുകൊണ്ടിരുന്നത്? നമ്മള് കെഞ്ചുന്തോറും ഇവൻമാര് പൊങ്ങും!"

–സുകേശൻനായർ മറ്റൊരു യൂണിയനിൽപ്പെട്ട ആളാണ്. അയാൾക്കിങ്ങനെയൊക്കെപ്പറയാം. അയാളെ ആരെങ്കിലും ശല്യപ്പെടുത്തിയാൽ എന്താണെന്നു ചോദിക്കാൻ അയാളുടെ യൂണിയനുണ്ട്. എന്നാൽ തനിക്കെന്തെങ്കിലും പറ്റിയാലോ? അവരുടേതിന്റെ പത്തിലൊന്നുപോലും സംഖ്യാബലം ഇല്ലാത്ത സംഘടനയിൽനിന്നും ആരും ഒന്നും ചോദിക്കാൻ പോവുന്നില്ല. ചോദിച്ചാലോ ആരും വകവയ്ക്കയുമില്ല–

രാജശേഖരൻ മറുപടിയൊന്നും പറയാതെ തന്റെ പ്രവൃത്തിയിൽ മുഴുകി.

അവിടെയിരുന്ന ആരോ ഒരാൾ സുകേശൻനായരോടു ചോദിച്ചു:

"നിങ്ങടെ സൂപ്രണ്ടിംഗ് എഞ്ചിനീയറെ വർക്കേഴ്സ് ആരോ അടിച്ച കേസ് എന്തായി?"

"എന്തോന്നാകാൻ?" സുകേശൻനായർ തുടർന്നു: "അന്ന് അങ്ങേര് കാറിൽനിന്ന് ഇറങ്ങിയപ്പോൾ വർക്കേഴ്സ് ഒക്കെച്ചെന്ന് ബഹളംവച്ച് അങ്ങേരെ ചുറ്റിനിന്ന് തങ്ങളുടെ ഡിമാൻഡിനെക്കുറിച്ചു സംസാരിച്ചുകൊണ്ടിരുന്നു. മറുപടി പറഞ്ഞുകൊണ്ടുതന്നെയിരുന്നു അങ്ങേരും. ശടേന്നു ഒരുത്തൻ ഓടിവന്ന് അങ്ങേരുടെ മുഖത്തിട്ട് ഒറ്റയടി! അങ്ങേരു തലകുത്തനെ താഴെ! അത്രതന്നെ. എല്ലാം ഓടിക്കളഞ്ഞു നാനാവഴിക്ക്. അങ്ങേരാണെങ്കിൽ ഒരാഴ്ച ആശുപത്രിയിലും കിടന്നു. സംശയത്തിന്റെ പേരിൽ തുറയിലെ സെക്ഷനിലെ പത്തുവർക്കേഴ്സിനെ സസ്പെൻഡുചെയ്തു. ഇപ്പോ കേസ് നടന്നുകൊണ്ടിരിക്കുന്നു. മറ്റൊന്നും ആയില്ല. മൂപ്പർക്കു കിട്ടിയതുമാത്രം മിച്ചം. ഇതിനൊക്കെപ്പറ്റിയ മരുന്ന്, കൈയിൽ കിട്ടിയ മൂന്നുനാലെണ്ണത്തിനെ പിടിച്ച് അങ്ങോട്ടു രണ്ടു പൂശു പൂശണം. അപ്പോഴേ അവനൊക്കെ ശരിക്കു പഠിക്കൂ."

തന്നോട് ഇങ്ങനെ പറഞ്ഞുകൊണ്ടു സുകേശൻനായർ ചിരിക്കുന്നതുകണ്ടിട്ടും രാജശേഖരനു ചിരിവന്നില്ല. എങ്കിലും ചിരിക്കുന്നതായി ഭാവിച്ചുകൊണ്ട് തന്റെ പ്രവൃത്തിയിൽ മുഴുകി. അവർ വീണ്ടും സാഹിത്യചർച്ചയിൽ ഏർപ്പെട്ടു.

അയാളുടെ മനസ്സ് കാടുകയറാൻ തുടങ്ങി.

–സുകേശൻനായർ ഭരണകക്ഷിയുടെ യൂണിയനിൽപ്പെട്ടയാളാണ്.

വർക്കേഴ്സ് ആണെങ്കിൽ തീവ്രവാദസംഘത്തിന്റെ യൂണിയനിലും. അപ്പോൾ യൂണിയൻ വിരോധമാണോ ഇമ്മാതിരി സംസാരത്തിന്റെ അടിസ്ഥാനം? ഇയ്യാൾ ഇപ്പോൾ ഇത്രയേറെ കുറ്റംപറയുന്നു. എന്നാൽ ഒരു ഇഷ്യുവരുമ്പോഴോ? അന്നൊക്കെ മുഖ്യഎതിർപ്പ് ജെ ഇ മാരോടാണ്. പല ജെ ഇ മാരും എക്സിക്യൂട്ടീവ് ജീവനക്കാരുടെ യൂണിയനിൽ അംഗങ്ങളാണെങ്കിലും. തനിക്കതൊക്കെയറിയാം

അയാൾ ജോലിയിൽ പ്രവേശിച്ചയിടക്ക്, ഒഴിവുദിവസങ്ങളിൽ ജോലിചെയ്യുന്നതിനുള്ള ശമ്പളത്തിനായി സുകേശൻനായർ, മറ്റു ഫസ്റ്റ് ഗ്രേഡ് ഓവർസീയർമാർ, ലൈൻമാൻ, അസിസ്റ്റന്റ് ലൈൻമാൻ, ലൈൻഹെൽപ്പർ തുടങ്ങിയവർ അംഗങ്ങളായിട്ടുള്ള എക്സിക്യൂട്ടീവ് ജീവനക്കാരുടെ യൂണിയൻ ഒരു രണ്ടാം ശനിയാഴ്ചയും ഞായറാഴ്ചയും ജോലിക്കു ഹാജരാവുന്നതിൽനിന്നും മാറിനിന്നു. സാധാരണയായി രണ്ടാംശനിയാഴ്ച കാഷ്യർ, ഗുമസ്താക്കൾ, പ്യൂൺ മുതലായവ ഓഫീസ്സ്റ്റാഫിനു മാത്രമാണ് ഒഴിവ്. അയാൾ ഉൾപ്പടെയുള്ള എല്ലാ എക്സിക്യൂട്ടീവ് ജീവനക്കാരുമൊത്ത് പുറത്തേക്കുപോവുകയും ചെയ്തു. തൊഴിലാളികൾ മാത്രം ഓഫീസിൽനിന്നു. അവർ മുപ്പത്തിയഞ്ചുപേരുണ്ടായിരുന്നു. എന്തുജോലിയാണെന്നറിയാൻവേണ്ടി അവർ ചുറ്റുംനിന്നു. റോളിൽ എല്ലാവരുടെയും ഹാജർ അയാൾ മാർക്കുചെയ്തു. നിർദേശമനുസരിച്ച് സ്റ്റോർ തുറന്ന് അവർക്ക് മൺവെട്ടി, പിക്കാസ് തുടങ്ങിയ ആയുധങ്ങളും കൊടുത്ത് ഓഫീസിനു ചുറ്റും കാടുപിടിച്ചു കിടക്കുന്നസ്ഥലം വെട്ടിത്തെളിച്ച് തോട്ടമാക്കാൻ പറഞ്ഞു. ഉച്ചവരെ, ഓഫീസിനുചുറ്റും ഒരേ ബഹളം! മൺവെട്ടികളും പിക്കാസുകളും ഒച്ചയോടെ പ്രവർത്തിച്ചുതുടങ്ങി. ഇതിനിടയിൽ പതിവുപോലെ ഫ്യൂസ് കാളുകളും–'ലൈറ്റ്ഇല്ല'. 'വീട്ടിലെ ചുവരിൽ ഷോക്ക്'–ഫോണിലൂടെ ശരവർഷംപോലെ വരാൻ തുടങ്ങി. കൺസ്യൂമർനമ്പർ അയാൾതന്നെ കുറിച്ചുവച്ചിട്ട്, "ഇന്നു ഫ്യൂസ്കാൾ അറ്റൻഡു ചെയ്യേണ്ട സ്റ്റാഫ് ജോലിക്കുവന്നിട്ടില്ല. വന്നാൽ ഉടനേ അയച്ചേക്കാം" എന്ന് തത്തമ്മയെപ്പോലെ മറുപടിയും പറഞ്ഞു. ചിലർ ഫോണിൽ പിറുപിറുത്തു. മറ്റുചിലർ, "നല്ല ഇലക്ട്രിസിറ്റി ബോർഡ്! ഒരു ദിവസം കറന്റുചാർജ് അടയ്ക്കാൻ താമസിച്ചാൽ ഡിസ്കണക്റ്റ് ചെയ്യാൻമാത്രം അറിയാം." ഇങ്ങനെ ശുണ്ഠിയെടുത്ത് തങ്ങളുടെ മനസ്സിലെ ഭാരം കുറച്ചു. "ഇവിടെ എന്റെ വീട്ടിൽ ഇലക്ട്രിസിറ്റി കൊണ്ടാണു പാകംചെയ്യുന്നത്. ഇന്നു സപ്ലൈ കിട്ടിയില്ലെങ്കിൽ ഞങ്ങളെല്ലാം പട്ടിണി...നിങ്ങൾ എഞ്ചിനീയർ ആണല്ലോ...എന്തുകൊണ്ടുനിങ്ങൾ തന്നെവന്നു ശരിപ്പെടുത്തിക്കൂടാ...?" എന്നായി ഒരാൾ.

"ഓഹോ...! ഞാൻതന്നെ അവിടെ വന്ന് പോസ്റ്റിൽ കയറി ഫ്യൂസ് കെട്ടിയിട്ട് സപ്ലൈ തരുന്നതിൽ എനിക്ക് ആക്ഷേപമൊന്നുമില്ല. എന്നാൽ ഇവിടെ ഞങ്ങളുടെ ഓഫീസിൽ ഇപ്പോൾ വർക്കേഴ്സ് അല്ലാതെ മറ്റാരും ഇല്ല. ആരെയാണ് ഓഫീസ് ഏൽപ്പിച്ചിട്ടുവരിക?"

"സപ്ലൈ തരാൻ പറ്റാത്ത നിങ്ങൾ മാനമായി ജോലി രാജിവച്ചിട്ടു

പോയേക്ക്." വിശപ്പുസഹിക്കാതെ മറ്റേയാൾ ഫോണിലൂടെ രാജശേഖരനു നേർക്കു ജ്വലിച്ചു.!

"ഞാൻ രാജിവച്ചിട്ടുപോയാൽ നിങ്ങൾക്കുടനേ സപ്ലൈ കിട്ടുമെങ്കിൽ അതിനും ഞാൻ തയ്യാറുതന്നെ." ഇത് കേട്ടുവോ എന്തോ, മറ്റേയാൾ 'ടക്കെ'ന്നു ഫോൺ വയ്ക്കുന്ന ശബ്ദം കേൾക്കുന്നു.

വകുപ്പുമന്ത്രിമാർ മുതൽ, വൻതുകകൾ ശമ്പളം പറ്റുന്ന ചെയർമാൻ, ചീഫ് എഞ്ചിനീയർമാർ, ലേബർ ഓഫീസർമാർ എല്ലാവരും ഇരിക്കേ, ഈ പണിമുടക്കത്തിന് കേവലം ഒരു എൻ ജി ഒ ആയ– 'സെക്ഷൻ ഓഫീസർ' ചമഞ്ഞിരിക്കുന്ന, വെറും ഒരു ജൂനിയർ എഞ്ചിനീയർ ആയ–താൻ ആണോ ഉത്തരവാദി എന്നു സ്വയം ചോദിച്ച് മനസ്സുക്ലേശിപ്പിക്കുകയല്ലാതെ മറ്റെന്തുവഴി?

ഉച്ചയ്ക്ക് ആഹാരത്തിനു പണവും കൊടുത്ത് വർക്കേഴ്സിനെ വിട്ടു.

ഫോൺ ഇടവിടാതെ ശബ്ദിച്ചുകൊണ്ടിരുന്നു. മേലധികാരികളിൽനിന്നും പോലീസിൽനിന്നും ഇടതടവില്ലാതെ നിർദേശങ്ങൾ ഫോണിലൂടെ വന്നുകൊണ്ടിരുന്നതിനാൽ അയാൾക്ക് അതിനരികിൽ നിന്നു നീങ്ങാൻപോലും സാധിച്ചില്ല. അയാളുടെ ദയനീയാവസ്ഥ കണ്ടിട്ട് എൻ എം ആറിലെ വയസ്സൻ പൊന്നപ്പൻപിള്ള, ചില്ലറ വാങ്ങിക്കൊണ്ടുപോയി. ഒരു ചായ കൊണ്ടുവന്നുകൊടുത്തു. അതു കുടിച്ചതുമാത്രം. പിന്നീട് പച്ചവെള്ളംപോലും കുടിക്കാൻ പറ്റിയില്ല. സാധാരണ സന്ദർഭങ്ങളിൽ ആ സെക്ഷൻഓഫീസിൽ മൂന്നുഷിഫ്റ്റ് ഉള്ളതിനാൽ ഇരുപത്തിനാലു മണിക്കൂറും ഡ്യൂട്ടിസ്റ്റാഫ് ഉണ്ടായിരിക്കും. അതുകൊണ്ട് വാച്ചർ എന്ന തസ്തിക അവിടെ ഇല്ല; വാതിലുകൾക്കു പൂട്ടും ഇല്ല! സ്റ്റോർമുറിക്കകത്തു വയ്ക്കാൻ പറ്റാത്തതായ കേബിൾ റോളുകൾ, അലൂമിനിയ കമ്പിച്ചുരുളുകൾ, ലിങ്ക്സെറ്റുകൾ, ഫ്യൂസുകൾ, കമ്പിത്തൂണുകൾ, തേക്കുതടികൾ തുടങ്ങിയതൊക്കെ മുറ്റംനിറയെ പരന്നുകിടപ്പുണ്ട്. വിശ്വസ്തമായ കാവൽ ഏർപ്പാടില്ലാതെ അവിടംവിട്ട് ആഹാരം കഴിക്കാൻ പോയ്‌വരാനും നിവൃത്തിയില്ല. ഏതെങ്കിലും സാധനങ്ങൾ നാളെ കുറവുവന്നാൽ അയാളുടെ മാത്രം ബാധ്യത ആയിരിക്കും. പിന്നീട് അയാൾക്ക് ചൊവ്വേ നേരെ റിട്ടയർചെയ്ത് പെൻഷൻ വാങ്ങാൻ കഴിയുകയില്ല. ഒരു കുഴപ്പംപിടിച്ച അവസ്ഥ. അതുകൊണ്ട് ഉണ്ടില്ലെങ്കിലും വേണ്ടില്ല എന്നുകരുതി ഫോൺകോളുകൾക്കൊക്കെ മറുപടിയും പറഞ്ഞുകൊണ്ട് അവിടെത്തന്നെ അയാൾ ഇരുന്നു.

ഇതിനിടയിൽ മാലതി, പാറുക്കുട്ടിയുടെ കൈയിൽ ചോറുകൊടുത്തയച്ചിട്ട് അടിക്കടി ഫോണിൽ വിളിച്ച് "ചോറുകൊടുത്തയച്ചിരുന്നു. ഊണുകഴിച്ചോ" എന്നു തൊന്തരവുചെയ്യാൻ തുടങ്ങിയപ്പോൾ അയാൾക്കു അരിശംവന്നു. ഒടുവിൽ ഉണ്ടുകളയാമെന്നുവച്ച് ടിഫിൻകാരിയർ തുറന്നു. ഇരുന്നപ്പോൾ ഫോൺബെൽഅടിക്കാൻ തുടങ്ങി. സംസാരിക്കലും ഊണും ഒന്നിച്ച് ഒരുവിധത്തിൽ നടത്തി പാത്രം കൊടുത്തയച്ചു.

തൊഴിലാളികളൊക്കെ വീണ്ടും വന്ന് വെട്ടാനും കിളയ്ക്കാനും തുട

ങ്ങി. അഞ്ചുമണിക്ക് അവർ ആയുധം മടക്കി ഏൽപ്പിച്ച് പോകാൻ തയ്യാറായപ്പോൾ പോറ്റിയിൽനിന്നും ഫോൺസന്ദേശം ലഭിച്ചു:

"വർക്കേഴ്സിനെ ആറുപേർ വീതമുള്ള നാലുബാച്ച് ആയി തിരിച്ച് ഇപ്പോ വൈകുന്നേരം അഞ്ചുമണി മുതൽ ഒമ്പതുമണിവരെ ഒരു ബാച്ച്, "അവിടന്ന് നന്നാലുമണിക്കൂർവച്ച് പിന്നെ ഓരോ ബാച്ച് ഈ ക്രമത്തിൽ ഓവർടൈം ഡ്യൂട്ടി അറേഞ്ച് ചെയ്തേക്ക്. എന്നാൽ ഫ്യൂസ്കാൾ അറ്റൻഡു ചെയ്യുന്നതുപോലുള്ള എക്സിക്യൂട്ടീവ് ജീവനക്കാരുടെ ജോലികൾക്കൊന്നും അവരെ വിട്ടേക്കരുത്. അവർ പോവുകയും ഇല്ല. ഓഫീസിനും അവിടെയുള്ള ട്രാൻസ്ഫോർമറുകൾക്കും ഒരു കാവലായി ഇരിക്കട്ടെ."

അയാൾ അങ്ങനെതന്നെ ഏർപ്പാടുകൾ ചെയ്തു. ഇതിനിടയിൽ സബ്ഇൻസ്പെക്ടർ ഫോണിൽ വിളിച്ചുപറഞ്ഞു:

"നിങ്ങളുടെ ഓഫീസും ട്രാൻസ്ഫോർമറുകൾ ഇരിക്കുന്ന സ്ഥലങ്ങളും ഒന്നുപറയണം. ഒരുപക്ഷെ, അട്ടിമറി നടക്കാൻ വഴിയുണ്ടെന്നു ഞങ്ങൾക്ക് അറിവുകിട്ടിയിരിക്കുന്നു."

എല്ലാസ്ഥലങ്ങളും അങ്ങോട്ടേക്കുള്ള വഴികളും അയാൾ പറഞ്ഞുകൊടുത്തു. അവിടേയ്ക്കൊക്കെ രാത്രി കാവലിന് കുറേ സായുധപോലീസിനെ അയക്കുന്നതാണെന്ന് ഇൻസ്പെക്ടർ ഉറപ്പും പറഞ്ഞു.

അപ്പോൾ വൈകുന്നേരം ആറുമണി അയിട്ടുണ്ടാവാം. മുന്നുംപിന്നും പോലീസ്വാൻ അകമ്പടിയോടെ പോറ്റി ജീപ്പിൽ വന്നിറങ്ങിയിട്ടുപറഞ്ഞു: "ഫ്യൂസ്കാളുകൾ ഒക്കെ എങ്ങനെയും പോകട്ടെ. ഇന്ന് ഈ എക്സിക്യൂട്ടീവ് ജീവനക്കാർ ആരും ഇല്ലെങ്കിലും തെരുവുവിളക്കുകൾ ഒക്കെ കത്തും എന്നുകാണിച്ചുകൊടുക്കണമെന്നാണ് ചെയർമാന്റെ അടിയന്തര ഉത്തരവ്. 'കട്ട് ഔട്ട്' എല്ലാം എടുത്തുകൊണ്ടുവരൂ. നമുക്ക് സ്ട്രീറ്റ്ലൈറ്റ് ഒക്കെ ഇട്ടിട്ടുവരാം. നിങ്ങളുടെ സെക്ഷനിലുള്ള ലൈറ്റുകളുടെ കട്ട് ഔട്ട് പോസ്റ്റുകളൊക്കെ അറിയാമല്ലോ?"

അയാൾക്ക് ഒന്നും തോന്നിയില്ല. മേലധികാരിയുടെ ഉത്തരവൊക്കെ ശരി, അതുണ്ടാക്കുന്ന കുഴപ്പം അയാൾക്കല്ലേ അറിയാവൂ.

"അറിയാം സാർ...പക്ഷെ..."അയാൾ തപ്പിത്തടഞ്ഞുകൊണ്ടിരിക്കേ പോറ്റി ഡ്യൂട്ടിറൂമിനകത്തുകയറി കട്ട് ഔട്ട്പിന്നുകൾ തേടിത്തുടങ്ങി. ഗത്യന്തരമില്ലാതെ അയാളും അങ്ങോട്ടുചെന്നു. എല്ലാം തേടിയെടുത്ത് ഒരു ടൗവലിൽകെട്ടി ഒരു ചെറുഭാണ്ഡമാക്കിക്കൊണ്ട് അവർ പുറപ്പെട്ടു.

പത്തിരുപതു തെരുവുവിളക്കുകളെ ഒന്നിച്ചു കത്തിക്കുക ഓരോ പോയിന്റിലും കട്ട് ഔട്ട് വയ്ക്കാൻ അവർ ശ്രമിക്കേ പണിമുടക്കിയിട്ടുള്ളവർ പോസ്റ്റിനുമുന്നിൽ കിടന്നു തടസ്സം ചെയ്യുകയും പോലീസും തെരുവിലെ കുറെ താമസക്കാരും അവരെ എതിർത്ത് ഓടിക്കുകയും ചെയ്തു. ആകെക്കൂടി ഒരു കുഴപ്പം...! എങ്കിലും പ്രധാനപ്പെട്ട തെരുവുവിളക്കുകളെല്ലാം ഇട്ടു. തിരിച്ചുപോരുമ്പോൾ മതിയേമതി എന്നായി.

ഏകദേശം എട്ടുമണി ആയപ്പോൾ ഓഫീസിനുനടയിൽ അയാളെ ഇറക്കിവിട്ട് പോറ്റിയും പോലീസുകാരും പോവുകയും ചെയ്തു. അതിനുശേഷം രാത്രിയിൽ എത്രയോ പ്രാവശ്യം പോലീസ് ഇൻസ്പെക്ടറെയും, തന്റെ മേലധികാരികളെയും ഒക്കെ വിളിച്ചുപറഞ്ഞിട്ടും ഓഫീസ് കാവലിന് ഒരു പോലീസുകാരൻപോലും വന്നില്ല. തലേദിവസം വന്നിട്ടുള്ള പണം ക്യാഷ്റൂമിൽത്തന്നെയുണ്ട്. അന്ന് അവധിദിവസമായതുകൊണ്ട് ട്രഷറിയിൽ അടയ്ക്കാനും സാധിച്ചില്ല. തിങ്കളാഴ്ചവരെ അത് സൂക്ഷിക്കേണ്ടത് തന്റെ കടമയാണ്. വിലമതിക്കാൻ പറ്റാത്ത മെറ്റീരിയൽസ് ഉണ്ട്. ഇത് വർക്കേഴ്സിനെ മാത്രം ഏൽപ്പിച്ചിട്ട് എങ്ങനെയാണ് വീട്ടിലേക്കുപോവുക? അയാൾ ആലോചിച്ചു, പോലീസ് ഇൻസ്പെക്ടറോടു ഫോണിൽ സംസാരിക്കുമ്പോഴൊക്കെ, "നിങ്ങടെ ഓഫീസ് ഇരിക്കുന്ന സ്ഥലം എവിടെയാണ്. ഏതിലേയാണുവഴി ഞാൻ ആൾ അയച്ചിരുന്നല്ലോ. വഴിയറിയാതെ കറങ്ങിക്കൊണ്ടിരിക്കുകയാണോ എന്തോ?" ഇങ്ങനെയൊക്കെ മറുപടികിട്ടിയതല്ലാതെ ഒരു കോൺസ്റ്റബിൾപോലും അവിടെ വന്നില്ല. ഇതിനിടയിൽ മാലതിയാണെങ്കിൽ നിർത്താതെ വിളിക്കുന്നുമുണ്ട്. ഒടുവിൽ വേറെ ഒരു നിവർത്തിയുമില്ലാതെ രാത്രി പതിനൊന്നുമണിക്ക്, സ്റ്റോർ റൂം മാത്രം പൂട്ടിയിട്ട്, രാത്രി ഒമ്പതുമുതൽ ഒന്നുവരെ ഷിഫ്റ്റിനുവന്ന തൊഴിലാളികളെ ഓഫീസ് കാവൽ ഏൽപ്പിച്ചശേഷം "അടുത്ത ഷിഫ്റ്റുകാർ വന്നിട്ടേ നിങ്ങൾ പോകാവൂ. അതിനിടയിൽ എന്തെങ്കിലും വിശേഷം ഉണ്ടെങ്കിൽ ഉടനേ എന്നെ ഫോണിൽ വിളിച്ച് വിവരം അറിയിക്കണം..."എന്നുപറഞ്ഞു.

എന്നിട്ട് തന്റെ പ്രാണനെ ഓഫീസിൽ നിർത്തിയശേഷം വെറും ഉടൽമാത്രം സ്കൂട്ടറിൽ കയറ്റിയിരുത്തി അയാൾ ഓടിച്ചുപോയി.

വീട്ടിൽചെന്നുകിടന്ന് രണ്ടുമണിക്കൂർ കൂടെ ആയിട്ടുണ്ടാവില്ല–ഏകദേശം രണ്ടുമണി ആയിക്കാണും–പെട്ടെന്ന് ഫോൺ ശബ്ദിച്ചു–ചാടിപ്പിടഞ്ഞെണീറ്റ് റിസീവർ കൈയിലെടുത്ത് "ഹലോ ഇത് രാജശേഖരൻ..."എന്നുപറഞ്ഞു. അപ്പോൾ:

"സാർ ...ഈ പണിമുടക്കത്തിന് അനുഭാവസൂചകമായി ഞങ്ങൾ... വർക്കേഴ്സ്–എല്ലാവരും ഓഫീസ് വിട്ട് അവരവരുടെ വീട്ടിലേക്കുപോകാൻ ഞങ്ങളുടെ യൂണിയൻ സെക്രട്ടറി ഇപ്പോൾ ഫോണിൽ വിളിച്ചുപറഞ്ഞു... എന്തായാലും ഞങ്ങളൊക്കെ പോണു. വേണമെങ്കിൽ സാർ ഉടനെ ഇങ്ങോട്ടുപോരണം." ഇങ്ങനെ പറയുന്നതുകേട്ടു. അപ്പോൾ താൻമാത്രം ഏതു ഇനം? കരിങ്കാലിയോ? അയാൾക്കാകെ സംഭ്രമമായി.

"ദയവായി എനിക്കുവേണ്ടി അഞ്ചുമിനിട്ട് കാത്തുനിൽക്കിൻ... ഇപ്പോ വന്നേക്കാം..." ഓടിച്ചെന്ന് സ്കൂട്ടറെടുത്ത് വീട്ടിൽനിന്നും ഓഫീസ്വരേയ്ക്കുള്ള ആ മൂന്നുമൈൽ ദൂരവും മനോവേഗത്തിൽ താണ്ടി അവിടെ എത്തുകയും ചെയ്തു.

–അങ്ങനെ പരസ്പരം വർഗ്ഗസ്നേഹമുള്ളവരാണിവരെല്ലാം. അതുകൊണ്ട് സുകേശൻനായർ വർക്കേഴ്സ് യൂണിയനെ ഇടിച്ചുസംസാരിച്ചതിൽ രാജശേഖരൻ യാതൊരർത്ഥവും കണ്ടില്ല.

പതിനഞ്ച്

രാജശേഖരൻ ജോലിയിൽ മുഴുകിയിരിക്കേ സെക്കന്റ് ഗ്രേഡ് ഓവർസീയർ ഒരു പേപ്പർ കൊണ്ടുവന്നു.

"സാർ...ഇതിനെന്ത് ആക്ഷനാണ് എടുക്കേണ്ടത്?"

കടലാസ് വാങ്ങിനോക്കി.

"ഓഹോ...ആ പുളിമരം മുറിക്കേണ്ട കേസ് അല്ലേ?"

"തന്നെ സാർ...അനിയൻ-ചേട്ടൻമാർ തമ്മിലുള്ള വഴക്ക്! അനിയന്റെ വീട്ടിലേക്ക് സപ്ലൈകൊടുത്തിരിക്കുന്ന വെതർപ്രൂഫ് വയറിൽ ചേട്ടന്റെ പുരയിടത്തിലെ പുളിയുടെ കൊമ്പുകൾ തട്ടിത്തട്ടി ഫെയിലുവർ ഉണ്ടാവുന്നു. അതുകൊണ്ട് ആ മരം മുറിക്കണമെന്നു അനിയൻ പരാതി എഴുതിത്തന്നിട്ടുണ്ട്. എന്നാൽ തനിക്കു സപ്ലൈ കിട്ടണം എന്നതിനെക്കാളും ചേട്ടന്റെ മരം മുറിച്ചുകാണണം എന്ന കാര്യത്തിലാണ് അനിയനു വെപ്രാളം എന്നാണുതോന്നുന്നത്. അനിയൻ-ചേട്ടൻ വഴക്കിനിടയിലും നമ്മളുതന്നെ കിടന്ന് അടിപെടണമല്ലേ..."

"പിന്നെ ട്രീവാലുവേഷൻ ഒന്നും ഇല്ലാതെ മരംമുറിക്കുകയാണെങ്കിൽ, നമ്മളെ അവൻ കോടതി കയറ്റും...അപ്പൊ ആരെയും കാണുകയില്ല...ഏതിനും. ഒരു കാര്യം ചെയ്യ്...നാളെത്തന്നെ നമ്മുടെ വുഡ്കട്ടറെവിട്ട് ആ കൊമ്പുകൾ മാത്രം വെട്ടിച്ച് തടസ്സമില്ലാതെ അയാൾക്കു സപ്ലൈകൊടുക്ക്...മരം മുറിക്കുന്ന കാര്യം പിന്നെ ആലോചിക്കാം.

വീണ്ടും അയാൾ തന്റെ ജോലിയിലേക്കുതിരിഞ്ഞു. മെഷർമെന്റ് വിവരങ്ങൾ ഒരു വിധം എഴുതിത്തീർത്തിട്ട് ടെമ്പററി അഡ്വാൻസ് ക്യാഷ്ബുക്ക് എടുത്ത് എഴുതിക്കൊണ്ടിരിക്കേ ഫോൺ ഒച്ചവെയ്ക്കാൻ തുടങ്ങി.

ലൈൻമാൻ ഫോൺ ശ്രദ്ധിച്ചിട്ടുവന്നു.

വീണ്ടും ഫോണിന്റെ ഒച്ച!

പിന്നെ തുടർച്ചയായ വിളികൾ!

ലൈൻമാൻ അടുത്തുവന്നു പറഞ്ഞു: "സാർ...പുത്തൻകാട് ആശുപത്രിയുടെ അടുത്തുള്ള ട്രാൻസ്ഫോർമർ ഫ്യൂസിൽ എന്തോ ഫാൾട്ട് ഉണ്ടെന്നുതോന്നുന്നു; ആ ഏര്യായിൽനിന്ന് ഒരുപാട് കാളുകൾ, ലൈറ്റ് ഇല്ലെന്നും പറഞ്ഞ്..."

"അങ്ങനെയാണോ?"

റിസ്റ്റുവാച്ചിലേക്കുനോക്കി. മണി ഒമ്പത്. ഇനി ഇന്നത്തെ എഴുത്ത് അത്രതന്നെ.

സുകേശൻനായരും എണീറ്റുവന്നു.

"കോട്ട സെക്ഷനിലേക്കു വിളിച്ചുനോക്കാം. ജീപ്പ് ഏതെങ്കിലുമുണ്ടെങ്കിൽ ഉടനടി എത്താൻ സൗകര്യമായിരിക്കുമല്ലോ"

"ശരി, പെട്ടെന്നുവിളിച്ചുനോക്ക്..."

അയാൾ ഫോണിൽ സംസാരിച്ചിട്ടുവന്നു.

"നല്ലകാലം സാർ...ജീപ്പുണ്ട്...ഉടനേവരും...അസിസ്റ്റന്റ് ലൈൻമാൻമാർ രണ്ടുപേർ നേരത്തേ പുത്തൻകാട്ടിലേക്കുപോയിട്ടുണ്ട്. ജീപ്പ് വന്നയുടൻ ഞാനും ലൈൻമാനും, മറ്റുള്ളവരും വേണ്ട സാമഗ്രികളും എടുത്തുകൊണ്ടുവരാം."

ശരി. അങ്ങനെയാവട്ടെ. കിയോസ്കിന്റെ താക്കോലുമെടുത്തുകൊണ്ട് അയാൾ തിടുക്കത്തിൽ യാത്രയായി.

റോഡിൽ ജനസഞ്ചാരം വളരെ കുറഞ്ഞുകഴിഞ്ഞു. തണുത്തകാറ്റ് 'ജിൽ' എന്ന് അയാളുടെ ശരീരത്തിലും കണ്ണുകളിലും തുളച്ചുകയറുന്നുണ്ടായിരുന്നു.

പുത്തൻകാട് ആശുപത്രിക്കുസമീപമുള്ള ട്രാൻസ്ഫോർമർ കിയോസ്കിനുസമീപം അയാൾ ചെന്നിറങ്ങുമ്പോൾ അവിടമാകെ ഇരുളിലാണ്ടിരുന്നു. തെരുവുകളിലെയും പീടികകളിലെയും വിളക്കുകൾ-ചിലവമാത്രം-മെഴുകുതിരിപോലെ കത്തുന്നുണ്ട്. പുത്തൻകാട് ആശുപത്രി അന്ധകാരത്തിൽ ആണ്ടുകിടക്കുകയാണ്.

ട്രാൻസ്ഫോർമർ കിയോസ്കിന് മുന്നിൽ ഒരു വലിയ ജനക്കൂട്ടം കാണപ്പെട്ടു. അസിസ്റ്റന്റ് ലൈൻമാൻ ബാലന്റെ കൈയിൽ താക്കോൽ കൊടുത്ത് തുറക്കാൻ പറഞ്ഞു. ട്രാൻസ്ഫോർമറിന് അടുത്തുചെന്ന് ടോർച്ചുവെളിച്ചത്തിൽ പരിശോധിച്ചപ്പോൾ ഫ്യൂസിൽ ഒരെണ്ണം പോയതായികണ്ടു. അയാൾ അത് പരിശോധിച്ചുകൊണ്ടിരിക്കെ, "ഇവിടത്തെ ജൂനിയർ എഞ്ചിനീയർ ആര്?" എന്ന് പിന്നിലെ കൂട്ടത്തിൽനിന്ന് ആരോ ചോദിക്കുന്നതുകേട്ടു. അയാൾ തിരിഞ്ഞുനോക്കി. ഒരാൾ പല്ലുംകടിച്ചുകൊണ്ടുനിൽക്കുന്നു!

"ഞാൻ തന്നെ. എന്തുവേണം?"

"എന്തുവേണമെന്നോ? നിങ്ങളൊക്കെ എന്തിനാണുശമ്പളംവാങ്ങി

യത്? ഇവിടെ സപ്ലൈ പോയിട്ട് അരമണിക്കൂർ കഴിഞ്ഞു. ആശുപത്രിയിൽ രോഗികൾ എത്ര കഷ്ടപ്പെടുന്നുണ്ടെന്നറിയാമോ?"

"അരമണിക്കൂറോ? ഞങ്ങടെ ഓഫീസിലേക്കുവിവരം കിട്ടിയിട്ട് പത്തുമിനിട്ടുകൂടി ആയിട്ടില്ല...ഞങ്ങൾ ഉടനേ എത്തി...ഫാൾട്ട് ആണല്ലോ റെക്റ്റിഫൈചെയ്തുകൊണ്ടിരിക്കുന്നത്..."

"നല്ല റെക്ടിഫൈ ചെയ്യൽ! എല്ലാവർക്കും മാസാമാസം ഭംഗിയായിട്ടു ശമ്പളംവാങ്ങിക്കാൻ മാത്രം അറിയാം." അവൻ എന്തൊക്കെയോ താറുമാറായി സംസാരിക്കുവാൻ തുടങ്ങി. സപ്പോർട്ടിനു നാലഞ്ചുപേർ കൂടെയും. അവരും രോഗികളുടെ കൂടെ ആശുപത്രിയിൽ നിൽക്കുന്നവരാണെന്നു തോന്നുന്നു. ഇത്രയുമായപ്പോൾ തുടർന്നു സംസാരിക്കുന്നതിൽ അർഥമില്ലെന്നു മനസ്സിലായി. ഇതിനിടയിൽ ജീപ്പുവന്നുനിന്നു. സുകേശൻനായരും ലൈൻമാനും തിടുക്കത്തിൽ ഇറങ്ങി. ഉടനേതന്നെ 'ശടേ'ന്നു ജോലികൾ ആരംഭിക്കുകയും ചെയ്തു.

ട്രാൻസ്ഫോർമറിൽനിന്നും എൽ ടി കേബിൾ കൊണ്ടുപോയി ചേർത്തിരുന്ന അടുത്ത പോസ്റ്റിൽ കയറി ബാലൻ മൂന്ന് കട്ട് ഔട്ടും എടുത്തുമാറ്റി. ട്രാൻസ്ഫോർമർ ഓഫ്ചെയ്തിട്ട് ഫ്യൂസ് കെട്ടിയശേഷം വീണ്ടും ഓൺ ചെയ്തു.

ഈ സന്ദർഭത്തിൽ എക്സിക്യൂട്ടീവ് എഞ്ചിനീയറും ശങ്കരരാമനും വന്നിറങ്ങി. എന്താണോ പോറ്റിയെകൂടെ കണ്ടില്ല-അടുത്തുള്ള ക്ലബിൽ വന്നതായിരുന്നു. വൈദ്യുതി ഇല്ലാതിരുന്നതുകൊണ്ട് ഓഫീസിലേക്കു ഫോൺ ചെയ്തുവിവരം അറിഞ്ഞ് ഇങ്ങോട്ടുവന്നു എന്നാണ് അവർ പറഞ്ഞത്.

രാജശേഖരൻ, പോസ്റ്റിൽനിന്നെടുത്ത കട്ട്ഔട്ടുകളെ കൈയിൽ എടുത്തുപരിശോധിച്ചു. നല്ല ചൂടായിരിക്കുന്നു. ഫ്യൂസ് വയർ കത്തിപ്പോയിട്ടില്ല.

അവർ എല്ലാവരും മുകളിലേക്കു നോക്കിക്കൊണ്ടിരിക്കേ, ബാലൻ പോസ്റ്റിൽകയറി കട്ട് ഔട്ട് ഓരോന്നായി പിടിപ്പിച്ചു. രണ്ടെണ്ണം വയ്ക്കുമ്പോഴും കുഴപ്പം ഒന്നും ഇല്ല. മൂന്നാമത്തേതു വയ്ക്കുമ്പോൾ ഒരു മിന്നൽ! ചുറ്റും തീപ്പൊരി പറന്നു...! നല്ലകാലം. ബാലന് ഒന്നും പറ്റിയില്ല. എങ്ങനെയോ രക്ഷപ്പെട്ടു.

"ബാലാ, അതുവയ്ക്കണ്ട...ആ ഫേസിൽത്തന്നെയാണ് എന്തോ ഫാൾട്ട്. ഇറങ്ങിയേക്ക്." എന്ന് പറഞ്ഞിട്ട് എക്സിക്യൂട്ടീവ് എഞ്ചിനീയറോടായി "സർ...ആ ഫേസ് കംപ്ലീറ്റായി പട്രോൾചെയ്തുനോക്കിയാൽ മാത്രമേ ഫാൾട്ട് എവിടെയെങ്കിലും ഷോർട്ട് ആയിരിക്കയാണോ അല്ല ഏതെങ്കിലും സർവീസ് വയർ സ്ട്രീറ്റ് ലൈറ്റ് മെയിനുമായി ഉരഞ്ഞുകിടക്കുകയാണോ...... എന്നറിഞ്ഞുകൂടാ...വെളിച്ചം ഇല്ലാതെ അത് കണ്ടുപിടിക്കാനും ബുദ്ധിമുട്ട്..."

"ശരി, മണി ഇപ്പോ പത്താകാൻ പോകുന്നു. നാളെ രാവിലെ കംപ്ലീ

റ്റായിട്ടു ലൈൻ പട്രോൾനടത്തി ഫാൾട്ട് ലൊക്കേറ്റ് ചെയ്ത് ശരിപ്പെടുത്ത്. എന്നിട്ട് ആ ഫേസ് എനർജൈസ് ചെയ്താൽമതി...മറ്റേ രണ്ടുഫേസിലും ഇപ്പോൾ സപ്ലൈ വന്നിട്ടുണ്ടല്ലോ..."ഇതൊക്കെ കണ്ടുകൊണ്ടിരുന്ന എക്സിക്യൂട്ടീവ് എഞ്ചിനീയർ പറഞ്ഞു.

രണ്ടുപേരും പോയി.

അടുത്തദിവസം ആ ജോലി ചെയ്യുന്നതിന് സുകേശൻനായരോട് ഏർപ്പാടുണ്ടാക്കിയിട്ട് രാജശേഖരൻ യാത്രപുറപ്പെട്ടു.

പതിനാറ്

അയാൾ വീട്ടിലെത്തിയപ്പോൾ മണി പത്തടിച്ചുകഴിഞ്ഞു. പേരും ബിഎസ്സി, ബി ഇ എന്നീ ബിരുദങ്ങളും കുറിച്ചിരുന്ന വെളിയിലത്തെ ബോർഡിൽ 'ഔട്ട്' മാറ്റി 'ഇൻ' ആക്കിയിട്ട് കാളിംഗ്ബെൽ അമർത്തി.

അകത്ത് കണ്ണൻ ചിണുങ്ങുന്ന ശബ്ദം കേൾക്കുന്നു. മാലതിവന്ന് കതകുതുറന്നു. അവൾ വേഗം വളരെ ക്ഷീണിതയായി കാണപ്പെട്ടു.

"കണ്ണന് എങ്ങനെയുണ്ട്"

"അങ്ങനെ തന്നെയിരിക്കുന്നു." അവൾ അകത്തേക്കുപോയി. അയാൾ കതക് കുറ്റിയിട്ട് തൊട്ടിൽ കിടന്ന മുറിയിലേക്കു ചെന്നു. കുഞ്ഞിനെ അയാൾ തൊട്ടുനോക്കിയപ്പോൾ അവൾ തൊട്ടിലാട്ടുന്നത് അൽപംനിറുത്തി.

"നല്ല പനിയുണ്ടല്ലോ. ഡോക്ടറുടെ അടുത്തുപോയില്ലേ?"

"ഇല്ല, ഗീതയും രമയും വളരെ പാടുപെടുത്തുന്നുണ്ട്."

അവളുടെ കണ്ണുകൾ നിറയുന്നത് കണ്ടിട്ടും അയാൾക്കുസഹതാപത്തെക്കാൾ ശുണ്ഠിയാണു മുന്നിൽവന്നത്.

"അതെയതെ, ഇന്നുമാത്രമാണ് അതിശയംപോലെ അവർ പാടുപെടുത്തിയത്! അവരെ പാറുക്കുട്ടിയെ ഏൽപ്പിച്ചിട്ട് ഇവനെ ഡോക്ടറുടെ അടുത്തുകൊണ്ടുപോയി വരുന്നകാര്യമല്ലേ ഉള്ളൂ. അടുത്ത തെരുവിലുള്ള എന്റെ അമ്മയെയോ നിന്റെ അമ്മയെയോ തുണയ്ക്കുവരാൻ പറഞ്ഞയച്ചാൽ വരൂല്ലേ?"

വിയർത്തുകുതിർന്ന വസ്ത്രങ്ങളെ മാറ്റി വേറെ ഉടുക്കുന്നതിനിടയിൽ, അയാൾ അവളുടെ സമാധാനങ്ങളൊന്നും കേൾക്കാൻ തയ്യാറാവാതെ അവളുടെ മേൽ ഒറ്റയടിക്കു കുറ്റം ചുമത്തിക്കൊണ്ടുതന്നെയിരുന്നു.

"മനുഷ്യൻ വെളിയിൽചെന്ന് അധ്വാനിച്ചുതളർന്ന് വീട്ടിൽവരു

മ്പോൾ ഇവിടെ സൈ്വര്യം ഉണ്ടെങ്കിലല്ലേ..." എന്നൊക്കെയുള്ള പതിവു വാചകങ്ങൾ!

അതോടൊപ്പം അയാളുടെ കാതിൽ പാതിവീണതും അല്ലാതെയും "അതെ, ഇവിടെ ഒരു ഗർഭിണി മൂന്നുകുട്ടികളെയുംകൊണ്ട് ദുരിതപ്പെടുന്നത് ആരറിയുണ്ടു?" ഇങ്ങനെ കരച്ചിലിനിടയിലൂടെയുള്ള ചിണുങ്ങലുകൾ.

എത്ര വൈകിയിട്ടാണുവരുന്നതെങ്കിലും വരുമ്പോൾ ഒരു കപ്പുകാപ്പി, പിന്നീടാണ് മറ്റ് ആഹാരങ്ങൾ എന്ന അയാളുടെ ചിട്ടയനുസരിച്ച് ചൂടുള്ള കാപ്പി അവൾ കൊണ്ടുവന്നുകൊടുത്തു. ആവി പറക്കുന്ന കാപ്പി കുടിച്ചുകൊണ്ടിരിക്കുമ്പോഴും അയാളുടെ മനസ്സിൽനിന്ന് ആവി പറന്നുകൊണ്ടിരുന്നു.

തറയിൽവിരിച്ചിട്ടിരുന്ന പായിൽ ഗീതയും രമയും കിടന്നുറങ്ങുന്നുണ്ടായിരുന്നു. കുളിമുറിയിൽചെന്ന് ചൂടുവെള്ളത്തിൽ കുളിച്ചിട്ടുവരുമ്പോൾ മനസ്സിൽ ചെറിയ ഉത്സാഹം. വളരെ താഴ്ന്നസ്ഥായിയിൽ റേഡിയോ വച്ചശേഷം ഫാനിനുകീഴിൽ അയാൾ ഇരുന്നു.

മാലതി ഒരു പ്ലേറ്റിൽ ചപ്പാത്തികൊണ്ടുവന്നു മേശപ്പുറത്തുവച്ചു. രാജശേഖരൻ അവളുടെ മുഖത്തുനോക്കി. അവിടെ തിങ്ങിവിങ്ങിനിൽക്കുന്ന വികാരങ്ങൾ തന്നിൽ ആഘാതങ്ങൾ ഏൽപ്പിക്കുന്നതായി അയാൾ അറിയുന്നു. അവൾ തിരിയെപോകുമ്പോൾ പാദങ്ങൾ കുറേശ്ശെ ഇടറുന്നത് അയാൾ ഗൗനിച്ചു. സൂക്ഷിച്ചുനോക്കിയപ്പോൾ അവ വിങ്ങിയിരിക്കുന്നതും കണ്ടു. പെട്ടെന്ന് അയാളുടെ മനസ്സിലാകെ താങ്ങുവാൻവയ്യാത്ത ശോകം വന്നുനിറഞ്ഞു.

പാവം–

അവൾക്ക് ഇപ്പോൾ ഇരുപത്തിയഞ്ചുവയസ്സ് ആയിരിക്കുമോ? തന്നെക്കാൾ ഏഴുവയസ്സിനിളപ്പം. കല്യാണംകഴിഞ്ഞ് ഏഴുവർഷങ്ങൾ ആയി. വിവാഹത്തിനുമുമ്പ് ഇവൾ ധാവണി അണിഞ്ഞ് പുസ്തകവും കുടയുമായി കോളേജിലേക്കുപോവുന്നതുകണ്ടതൊക്കെ ഇന്നലെ നടന്നപോലിരിക്കുന്നു. ഡബിൾ ഡിഗ്രിയുള്ള ഒരു എഞ്ചിനീയറെ വിവാഹം കഴിക്കാൻ പോവുന്നു എന്നൊക്കെ എന്തെല്ലാം മനക്കോട്ടകൾ ഇവൾക്ക് ഉണ്ടായിരുന്നിരിക്കണം...! ഇപ്പോഴോ–

അയാൾ രണ്ടാമത്തെ ചപ്പാത്തി തിന്നുകൊണ്ടിരിക്കേ തൊട്ടിലിൽകിടന്ന് കണ്ണൻ വീണ്ടും കരയുന്നതുകേട്ടു. ഉടനേപോയി നോക്കിയില്ലെങ്കിൽ തൊട്ടിലിനെ മെതിച്ചുചാടി തറയിൽ വീണേക്കും. മാലതിയാണെങ്കിൽ അടുപ്പിനരികേ തിരക്കിലുമാണ്. തിന്നതുപാതി തിന്നാത്തതുപാതിയായി എണീറ്റുചെന്ന് പതുക്കെ തൊട്ടിലാട്ടിത്തുടങ്ങി.

അവൾ മറ്റൊരു ചപ്പാത്തി പ്ലേറ്റിൽകൊണ്ടുവിളമ്പി. എന്നിട്ട് പാലും പഴവും മേശപ്പുറത്തുകൊണ്ടുവച്ചശേഷം തൊട്ടിൽ ആട്ടാൻ കൈവച്ചപ്പോൾ അയാൾ മടങ്ങിവന്ന് ബാക്കിയുള്ളതു കഴിച്ചു. പിന്നെ ചെന്ന് കൈകഴുകിവരുമ്പോൾ പുറത്തെവാതിലിൽ ആരോ മുട്ടുന്നതുകേട്ടു.

അയാൾചെന്നുകതകുതുറന്നു. അയാളുടെ അച്ഛൻ അകത്തുകയ

റി. അടുത്ത തെരുവിൽത്തന്നെയാണ് അച്ഛനും അമ്മയും അനുജനും അനുജത്തിയും ഒക്കെ താമസിക്കുന്നത്. വീടുചെറുതായതുകൊണ്ടാണ് മൂത്തമകനായ അയാൾ കല്യാണത്തിനുശേഷം പ്രത്യേകം പാർപ്പായത്.

"നിന്നെ അങ്ങോട്ടുവീട്ടിൽ കാണുന്നേ ഇല്ലല്ലോ. പകൽ ഇവിടെയും കാണുകയില്ല–കുറച്ചുമുമ്പ് കടയിൽനിന്ന് ഇങ്ങോട്ടുഫോണിൽ വിളിച്ചു ചോദിച്ചു. നീ ഇനിയും ചെന്നില്ലെന്ന് മാലതി പറഞ്ഞു. അതുകൊണ്ടാണ് കടയിൽനിന്നും വീട്ടിൽപോയിട്ട് ഇപ്പോ ഇങ്ങോട്ടുവരുന്നത്."

അങ്ങേർക്ക് അറുപതുതികഞ്ഞിട്ടു രണ്ടുമൂന്നുമാസമേ ആവുകയുള്ളൂ. അടുത്തൊരുകടയിൽ ജോലിചെയ്യുകയാണ്. ആ കടയിൽനിന്നും കിട്ടിയ ശമ്പളംകൊണ്ടാണ് അയാളുടെ വിദ്യാഭ്യാസം നടന്നത്. ഇപ്പോൾ ഇളയസഹോദരങ്ങളുടെ പഠിപ്പും, വീട്ടിലെ എല്ലാ ചെലവുകളും നടക്കുന്നതും അതുകൊണ്ടുതന്നെയാണ്.

"അതെ, ഇപ്പോത്തന്നെയാണ് ഞാൻ വന്നത്..." എന്നുപറഞ്ഞുകൊണ്ട് അച്ഛന്റെ പിന്നാലെ അയാളും അകത്തേക്കുചെന്നു.

"അപ്പാ ഇരിക്കണം..."

അങ്ങേർ ഇരുന്നു. പിന്നെ അയാളും. മാലതി അകത്തുനിന്നും പാൽ കൊണ്ടുവന്ന് അങ്ങേർക്കു നീട്ടിയപ്പോൾ, "വേണ്ട...ഇപ്പൊ കാപ്പികുടിച്ചിട്ടു വരികയാണ്," എന്നുപറഞ്ഞ് നിരാകരിച്ചു. അയാളും അവളും വളരെ നിർബന്ധിക്കയാൽ അങ്ങേർ തമ്പ്ളർ കൈയിൽവാങ്ങി.

"എന്തെടാ ഇത്? ഞങ്ങളുടെ കട ഇതിനെക്കാളും ഭേദമാണെന്നു തോന്നുന്നല്ലോ. ഞായറാഴ്ച ഒരു ദിവസമെങ്കിലും ഞങ്ങൾക്ക് അവധിയുണ്ടല്ലോ. നിനക്കാണെങ്കിൽ അന്നും തലയിൽ കൊള്ളാത്ത ജോലിതന്നെ..." പാൽ കുടിച്ചുകൊണ്ടിരിക്കേ അങ്ങേർ കളിയാക്കലിലൂടെ കുറ്റപ്പെടുത്തി.

"അതെ, എന്നും ഇതുതന്നെ പാട്...ഇങ്ങനെ രാപകലില്ലാതെ അലഞ്ഞാൽ ശരീരം എന്തിനുകൊള്ളാം? ഇന്നാണെങ്കിൽ കണ്ണന് നല്ല പനി. ഡോക്ടറുടെ അടുത്തുപോകാൻ കൂടെ വരാൻപോലും നേരമില്ല." മരുമകൾ അമ്മാവനോടു പരാതിപ്പെട്ടു.

"എന്ത്? കണ്ണനു പനിയോ?" അങ്ങേർ എണീറ്റുചെന്ന് തൊട്ടിലിൽ കിടന്ന കണ്ണനെ തൊട്ടുനോക്കിയിട്ട് "ഉള്ളതുതന്നെ, നല്ല പനിയുണ്ടല്ലോ...മരുന്നുവാങ്ങിച്ചു കൊടുത്തൂടെയോടാ...? പാവം അവൾ എന്തു ചെയ്യും?" അവളോട് സഹതപിച്ചു.

"മനഃപൂർവ്വമാണോ അച്ഛാ ഞാൻ ഇങ്ങനെ നേരം കഴിഞ്ഞുവരുന്നത്? വൈകുന്നേരം എന്റെ ഫ്രണ്ട്സിനെ കാണാനോ പാർക്കിലോ ബീച്ചിലോ പോകാനോ എനിക്കുനേരമില്ല...യന്ത്രംപോലെ ചുറ്റിക്കൊണ്ടിരിക്കുന്നു. അതിനെപ്പറ്റി ആർക്കും വിഷമമില്ലല്ലോ..."

"അതല്ലെടാ...ആഫീസ്കാര്യവും നോക്കണം, വീട്ടുകാര്യവും ഗൗനിക്കണം..." ആശ്വസിപ്പിക്കുന്ന ധ്വനിയിൽ അങ്ങേർ സംസാരിച്ചു.

പതിനേഴ്

മാലതി അകത്തുചെന്ന് ജോലിയിൽ ഏർപ്പെട്ടു.

അങ്ങേർ ഒച്ചതാഴ്ത്തി മകനോടുചോദിച്ചു;

"മാലതീടെ അപ്പാ ഇന്നിവിടെ വന്നിരുന്നോ?"

"അതെ, വന്നിരുന്നു." വാക്കുകളിൽ ശുണ്ഠിപതിയിരുന്നു.

"അവിടെ വീട്ടിലും വന്നിരുന്നു." അങ്ങേർ തുടർന്നു: "എല്ലാകാര്യവും പറഞ്ഞു...നാളെചെന്ന് സ്ഥലം നോക്കാമെന്ന് അങ്ങേർ പറഞ്ഞിരിക്കുന്നു..."

"ഉം...അപ്പ എന്തുവിചാരിച്ചാലും ശരി...എനിക്ക് ഇപ്പോ ഇതിൽ വലിയ താൽപര്യം ഒന്നും ഇല്ല. അങ്ങേര്, അത് ഇത് എന്ന് ഓരോ പൊട്ടക്കാരണവും പറഞ്ഞ് ആർക്കും വേണ്ടാത്ത പ്ലോട്ട് നമ്മുടെ തലയിൽ കെട്ടിവയ്ക്കാൻ നോക്കുകയാണ്."

"അല്ലെടാ. അങ്ങേര് രേവതിയുടെ അമ്മാവന് വാക്കുകൊടുത്തുപോയെന്ന്."

അയാളുടെ ശബ്ദം ഉയർന്നു: "എന്താപ്പാ...അങ്ങേരുടെ വാക്കിനെപ്പറ്റി അപ്പാവിന് ഇപ്പോഴും മതിപ്പാണോ? ഏഴുവർഷം മുമ്പ് അപ്പാവിനു തന്ന വാക്കിനെപ്പറ്റി അങ്ങേർക്കൊരു വിഷമവും ഇല്ല. അതു പാലിക്കണമെന്നുള്ള കാര്യത്തിൽ ഒരു ഉണർവുമില്ല...നമ്മളോടു അങ്ങനെ ഒരു വാക്കുതന്നിരിക്കേ അവരോടും എങ്ങനെ വാക്കുപറയാൻ പറ്റും? അപ്പോ നമുക്കുതന്ന വാക്കുമാത്രം പാലിക്കണ്ട, ഇന്നലെവന്ന ബന്ധുക്കൾക്കും മരുമകനും കൊടുത്തവാക്കുമാത്രം പാലിക്കണം...ഇതിനു തിടുക്കപ്പെടാൻ അറിയാമല്ലോ!"

കോപത്താൽ അയാളുടെ ശരീരം വിറച്ചു. അങ്ങേർ ഒന്നും മറുപടി പറഞ്ഞില്ല. അച്ഛന്റെ മുഖത്ത് വ്യസനത്തിന്റെ ചീന്തലുകൾ ഇഴയുന്നതുകണ്ടപ്പോൾ വിഷമംതോന്നി. തന്റെ അച്ഛനെ ആ മനുഷ്യൻ

വയസ്സായ കാലത്ത് സമാധാനമായിരിക്കാൻ സമ്മതിക്കുന്നില്ലല്ലോ എന്നോർത്ത് അയാൾക്കു കോപം വർധിച്ചെങ്കിലും താൻ ഇനിയും എന്തെങ്കിലുംപറഞ്ഞു വിഷമിപ്പിച്ചാൽ അച്ഛന്റെ മനസ്സ് വേദനിക്കും എന്നറിയാവുന്നതുകൊണ്ട് ഒരുതരത്തിൽ ശാന്തത വരുത്തിയിട്ട് പറഞ്ഞു.

"ഞാൻ അങ്ങേരോട് ഇങ്ങനെ പറഞ്ഞു-അപ്പാ നോക്കിപ്പറയുന്നത് എഴുതിവയ്ക്കാൻ! അങ്ങേർ അപ്പാവിനെയും സമാധാനമായിട്ടിരിക്കാൻ സമ്മതിക്കുകയില്ല. എന്റെ ജോലിനോക്കിയിരിക്കാൻ എന്നെയും സമ്മതിക്കുകയില്ല."

അങ്ങേർ അൽപ്പനേരം മൗനമായിട്ടുപറഞ്ഞു; "ബാബുവിന്റെ എഴുത്തുവന്നിട്ടുണ്ട്. കോളേജിൽനിന്നും സ്റ്റഡിടൂർപോവുന്നുണ്ടെന്ന്...കുറച്ചു രൂപ അർജന്റായി അയച്ചുകൊടുക്കണെമെന്ന്..."

"അങ്ങനെയാണോ?"

ബാബു അയാളുടെ ഇളയവൻ. ബാംഗ്ലൂരിൽ പഠിച്ചുകൊണ്ടിരിക്കുന്നു.

"കമ്പോളത്തിലുള്ള നമ്മുടെ കടയുടെ കേസ് അങ്ങനെയിങ്ങനെ തീരുന്ന ലക്ഷണവുമില്ല...പോരാത്തതിന് വാടകക്കിരിക്കണവൻ. നമ്മടെ സമ്മതംകൂടാതെ, അവനു തോന്നിയപോലെ മതിലോ കിതിലോ എന്തൊക്കെ കെട്ടുന്നെന്നും പറഞ്ഞ് ഇന്നറിഞ്ഞിരിക്കുണു. അത് ഇനി സ്റ്റേചെയ്യിക്കണമെങ്കിലോ വക്കീൽഫീസ് കണ്ടമാനം ആകുകേം ചെയ്യും. അതിനും പുറമേ കോടതിയെന്നും പോലീസ് സ്റ്റേഷൻ എന്നുംപറഞ്ഞ് അലയാതേയും നിവൃത്തിയില്ല...!"

ഇപ്പോൾ കടയായിട്ടു മാറിയിരിക്കുന്ന അവരുടെ തറവാട്ടുവീട് വാടകയ്ക്കു കൊടുത്തിരുന്നു. നാലഞ്ചുവർഷമായിട്ട് വാടകകിട്ടുന്നില്ല. മാത്രവുമല്ല, പാഴടഞ്ഞുകിടക്കുന്ന ആ കെട്ടിടം, വല്ല ലോണും വാങ്ങിയെങ്കിലും പുതുക്കാമെന്നുകണ്ട് വാടകക്കുടിശ്ശിഖ തന്നില്ലെങ്കിലും വേണ്ടില്ല കട ഒഴിഞ്ഞുതന്നാൽമതി എന്നുപറഞ്ഞിട്ട് 'സാധ്യമല്ല' എന്ന ഒറ്റ മറുപടിയാണ് കടയുടെ മുതലാളിപറഞ്ഞത്. അയാളെ ഒഴിപ്പിക്കാൻ കോടതിയല്ലാതെ മറ്റുമാർഗ്ഗമില്ലെന്നായി. ഒരു പ്രമുഖനായ വക്കീൽ മുഖാന്തിരം അയാളും കേസ് വാദിക്കുന്നു....

ആ കേസ് ഏതു യുഗത്തിലാണു തീരുക എന്നോർത്തു വിഷമിച്ചിരിക്കേയാണ് ഈ പുതിയ മതിൽകെട്ടൽ...!

അത് ഇനി എങ്ങനെയൊക്കെയാണോ...?

ശമ്പളം വാങ്ങിയ ഉടൻ ആദ്യത്തെ പ്രവൃത്തിയായി മാസാമാസം അച്ഛനമ്മമാർക്ക് അമ്പതുരൂപകൊടുക്കുന്നപതിവ്-എത്രയോ ബുദ്ധിമുട്ടിയിട്ടാണെങ്കിലും-ഇപ്പോഴും തുടർന്നുകൊണ്ടാണിരിക്കുന്നത്. ഇപ്പോൾ ബാബുവിന് അയക്കാനോ മതിൽകെട്ടുന്നത് തടയാനുള്ള കേസ് ചെലവിനോ തന്റെ പക്കൽ ഒരുവഴിയുമില്ലല്ലോ എന്നു വേദനയോടെ അയാൾ ഓർത്തു.

"ഗോപാലനോടു രൂപവല്ലതുമുണ്ടോ എന്ന് അപ്പാവിന് ചോദിച്ചൂടെ? മാസാമാസം അവൻ ഇപ്പോ ഒന്നും തരുന്നില്ലല്ലോ...' ഒരു ക്ലാർക്ക് ആയി

ജോലിചെയ്യുന്ന തന്റെ സഹോദരൻ അടുത്തകാലത്ത് വിവാഹംകഴിച്ച് പ്രത്യേകമായി താമസം തുടങ്ങിയശേഷം വീട്ടിലേക്ക് ഒന്നും കൊടുക്കുന്നില്ല എന്നതു ചൂണ്ടിക്കാണിച്ച് അയാൾ അങ്ങനെ പറഞ്ഞപ്പോൾ അങ്ങേർക്കു കോപമാണുണ്ടായത്.

"ഞാൻ ഇപ്പോ രൂപയ്ക്കുവേണ്ടിയല്ലെടാ നിന്റെയടുത്തുവന്നുപറയുന്നത്...! നീ മൂത്തവനല്ല്യോ. എല്ലാ കാര്യങ്ങളും നീ അറിഞ്ഞിരിക്കണമല്ലോ...അതുകൊണ്ടാണുപറഞ്ഞത്...എന്റെ കാശിന്റെ ബുദ്ധിമുട്ട് എന്നോടുനിക്കട്ടെ."

അയാൾക്കും ഉള്ളിൽ എന്തൊക്കെയോ അസഹ്യതതോന്നി. അങ്ങേർ പറഞ്ഞതിന് എന്തോ മറുപടി പറയാൻ അയാൾ ശ്രമിക്കവേ, അവസ്ഥ വീണ്ടും വഷളായതുപോലെയായി.

ഹൃദയഭാരത്തോടെ, ക്ലേശം അലയടിക്കുന്ന മുഖത്തോടെ അച്ഛൻ ഇറങ്ങിപ്പോവുന്നതു കണ്ടപ്പോൾ അയാളുടെ മനസ്സ് വ്രണിതമായി വേദനിച്ചുതുടങ്ങി.

അൽപ്പം കഴിഞ്ഞ് പുറംവാതിൽ കുറ്റിയിട്ടിട്ടുവന്ന് തന്റെ ഡയറിയെടുത്ത്, വിസ്മൃതിയിലാണ്ടവനായി എന്തൊക്കെയോ കുത്തിക്കുറിച്ചു. പിന്നീട്, ഉറങ്ങിക്കൊണ്ടിരുന്ന ഗീതയെയും രമയെയും എടുത്ത് മുകളിലത്തെ മുറിയിൽകൊണ്ടു കിടത്തി. താഴെയുള്ള വിളക്കുകളെല്ലാം കെടുത്തിയിട്ട് ഉറക്കറയിൽ തന്റെ കട്ടിലിൽ വന്നുകിടന്നപ്പോൾ മണി പന്ത്രണ്ട്.

ചിണുങ്ങിക്കൊണ്ടിരുന്ന കണ്ണനെ അണച്ചുപിടിച്ചുകൊണ്ട് മാലതി, കുട്ടികളോടൊപ്പം പായിൽകിടന്നു.

താൻ ഉൾപ്പെടെ ഈ ലോകത്തിലെ എല്ലാറ്റിനോടും അയാൾക്ക് വെറുപ്പും അരിശവും വന്നു.

സ്കൂൾ-കോളേജ് നാളുകളിൽ പഠിപ്പ്, പരീക്ഷ, അധ്യാപകർ ഇങ്ങനെയുള്ള ശല്യങ്ങൾ...!

പിന്നെ, ജോലിയിൽ പ്രവേശിച്ചശേഷം മേലധികാരികൾ, കീഴ്ജീവനക്കാർ, പൊതുജനങ്ങൾ ഇവരോടിടപഴകുമ്പോൾ ഉണ്ടാവുന്ന പ്രശ്നങ്ങൾ സൃഷ്ടിക്കുന്ന മനഃക്ലേശങ്ങൾ!

വീട്ടിൽ, താൻ താമരയിലയിലെ വെള്ളമായിക്കഴിയുന്നു എന്ന് ഭാര്യയുടെ വെറുപ്പ്!

അച്ഛന്റെ സ്നേഹം അടുത്തറിയാൻ പറ്റാത്ത കുഞ്ഞുങ്ങൾ! അവധിദിവസങ്ങളിൽപോലും അവരോടൊപ്പം ഒരു മണിക്കൂർ എങ്കിലും ചെലവാക്കാൻ അവസരം ലഭിക്കാത്ത തന്റെ അവസ്ഥ...!

വിവാഹാനന്തരം ഭാര്യാപിതാവിന്റെ പക്ഷപാതപരമായ പ്രവൃത്തികൾ ഉളവാക്കുന്ന ഉൾനൊമ്പരങ്ങൾ...!

അതോടൊപ്പം, അച്ഛനമ്മമാർക്കും സഹോദരങ്ങൾക്കും തന്നെപ്പറ്റിയുള്ള അതൃപ്തി വിചാരിച്ചുണ്ടാവുന്ന മനസ്സിലെ വേദനയും.

അയാൾ ഉറങ്ങിയത് എപ്പോഴാണെന്നറിയില്ല. എന്തോ സ്വപ്നം

കണ്ട് പെട്ടെന്നു കണ്ണു തുറന്നപ്പോൾ, അറയിൽ വിളക്കിന്റെ മങ്ങിയ വെളിച്ചം...അടുത്ത് മാലതി ഇല്ല. കുട്ടികളുടെ അടുത്തും അവളെ കാണുന്നില്ല.

ജനലിനരികിൽ കിടന്ന കസേരയിൽ, ഛായാരേഖയായി അവളുടെ രൂപം കാണപ്പെടുന്നു.

അയാളുടെ കൺപോളകൾക്ക് കനം കൂടുന്നു.

ക്ഷീണവും നിദ്രാഭംഗവും.

എങ്കിലും എണീറ്റ് അവളുടെ അടുത്തുചെന്നുനോക്കി. അവൾ ശ്വാസം ആഞ്ഞുവലിക്കുന്നത് അയാൾക്കു കാണാൻ കഴിഞ്ഞു.

"എന്താണു മാലതീ...എന്തുപറ്റി...?"

"എന്താണോ...കിടക്കാൻ കഴിയണില്ല. ശ്വാസം മുട്ടണു"

ഉദരസ്ഥശിശുവിനുംകൂടെ വേണ്ടി ശ്വാസംവലിക്കുന്ന അവളെ കണ്ടപ്പോൾ അയാളുടെ ഹൃദയം അലിഞ്ഞു.

"അതിനുവെളുക്കെ വെളുക്കെ നീ ഇങ്ങനെ ഇരിക്കാൻ പോണോ? വാ..." അവളെ നിർബന്ധിച്ചുകൂട്ടിക്കൊണ്ടുവന്ന് കട്ടിലിൽകിടത്തി. അരികിൽ അയാളും കിടന്നു.

വിങ്ങിയ കാലുകൾ അയാൾ തടവിക്കൊടുത്തു.

"മാലതീ, നേരത്തേ വീട്ടിൽ വരണം. വീട്ടുകാര്യങ്ങൾ നോക്കണം എന്നൊക്കെ എനിക്ക് ആഗ്രഹമില്ലാഞ്ഞിട്ടാണോ? എന്നാൽ എന്തുചെയ്യാൻ! ഈ ജോലി കളഞ്ഞാൽ നമ്മുടെ വയറുനിറയ്ക്കുന്നതെങ്ങനെ? നിനക്കറിഞ്ഞുകൂടെ എന്റെ മനസ്സ്? ഒരു സ്വസ്ഥതയുമില്ലാതെ ഞാൻ ഇങ്ങനെ യന്ത്രമായിക്കഴിഞ്ഞിട്ടും എല്ലാവർക്കും ഞാൻ കൊള്ളരുതാത്തവനാണ്..." ഒരു സ്വപ്നത്തിലെന്നപോലെ അവളുടെ കാതിനരികിൽ അയാൾ മന്ത്രിക്കവേ അവളുടെ കൈകൾ സ്നേഹത്തോടെ തന്നെ വലയംചെയ്യുന്നത് അയാൾ അറിയുന്നു.

പ്രേമം വീണ്ടും നാമ്പിടുകയാണ്.

പതിനെട്ട്

അയാൾ തളർന്ന് ഉറങ്ങിക്കൊണ്ടിരുന്നു.

താഴത്തെ മുറിയിൽ ഫോൺ പെട്ടെന്നു തുടർച്ചയായി ഒച്ചവയ്ക്കുന്നതുകേട്ട് തിടുക്കത്തിൽ കണ്ണുതുറന്നു.

പുറത്തു 'ശോ' എന്നു മഴപെയ്യുന്ന ശബ്ദം...ഇനിയും നേരം വെളുത്തിട്ടില്ല.

നല്ല കുളിര്...കിടക്കയും മാലതിയും നൽകിക്കൊണ്ടിരുന്ന ചൂടിനെ വിട്ടുപിരിയാൻ മനസ്സില്ലാതെ അയാൾ എണീറ്റു. തല ചുറ്റുന്നു...ഉടൽ ആടുന്നു...കാൽ പതറുന്നു. എങ്കിലും തപ്പിത്തടഞ്ഞ് കോണിപ്പടികളിലൂടെ താഴെച്ചെന്ന് ഫോൺ കൈയിലെടുക്കവേ അടുത്തിരുന്ന ഘടികാരത്തിൽ മണി മൂന്ന് പത്ത്.

"ഹലോ...ജെ ഇ ആണോ?"

"അതെ..."

"സാർ... ഇത് പരമു. റേഡിയോസ്റ്റേഷനടുത്തുള്ള നമ്മുടെ ട്രാൻസ്ഫോർമറില് എന്തോ പൊട്ടല് കേട്ടൂന്നും ഫ്ളാഷ് ഓവറില് തീ കണ്ടൂന്നും അടുത്തവീട്ടിലെ ഒരാൾ കുറച്ചുമുമ്പ് ഇവിടെ വിളിച്ചുപറഞ്ഞു. റേഡിയോസ്റ്റേഷനില് നാളെ എന്തോ സമരമുണ്ടെന്നും പറഞ്ഞ് മുൻവശത്തെ ഗേറ്റ് പൂട്ടിയിട്ട് അകത്തെ ഷെഡ്ഡുനിറയെ സി ആർ പി കാവലാണ്. ഈ വല്യമഴയത്ത് ഞങ്ങൾ അവിടെപ്പോയി വളരെനേരം ഗേറ്റിൽ തട്ടിയതിൽപിന്നെ രണ്ടുമൂന്നു സി ആർ പി ക്കാർ വന്നു. ട്രാൻസ്ഫോർമർ സ്റ്റേഷന്റെ പിറകില് വളരെ ദൂരെയാണ്. അതുകൊണ്ട് അവർക്കൊന്നും അറിഞ്ഞുകൂടാ. പോരാത്തതിന് അവരുപറയണ ഭാഷ ഞങ്ങൾക്കുമനസ്സിലാകുന്നില്ല. ഞങ്ങൾ പറയണത് അവർക്കും പിടികിട്ടിയില്ല. അവർ ഗേറ്റും തുറന്നില്ല. ഇവിടെ മഴയാണെങ്കിൽ തകർക്കുന്നു...ട്രാൻസ്ഫോർമറ് ഓഫ് ചെയ്യണമെങ്കിൽ പുറത്തേ ഗേറ്റുതുറക്കണം സാർ..."

ഉറക്കച്ചടവ് നിമിഷം കൊണ്ടുമാറി.

"അങ്ങനെയാണോ? സ്റ്റേഷൻഡയറക്ടറെ വീട്ടിൽ വിളിച്ച് പറയാം... അങ്ങേർ ഫോണിൽ അങ്ങോട്ടുവിളിച്ച് ഗേറ്റുതുറന്നുതരാൻ പറയും. ഞാനും ഇതാ വന്നേച്ചു."

അയാൾ ഫോൺ വച്ചു.

വീണ്ടും റിസീവർ എടുത്ത് സ്റ്റേഷൻഡയറക്ടർക്കു ഡയൽചെയ്ത് വിവരം പറഞ്ഞു. ഉടൻതന്നെ ഗേറ്റുതുറന്നുതരാൻ ഏർപ്പാടുചെയ്യുന്ന തായി അങ്ങേർ അറിയിച്ചു.

മാലതി എണീറ്റുവന്നു. അവളുടെ ശരീരം അങ്ങോട്ടുമിങ്ങോട്ടും ആടുന്നുണ്ടായിരുന്നു. ഡേറ്റുകലണ്ടറിലെ തലേന്നാളത്തെ ഷീറ്റ് അവൾ കീറിക്കളഞ്ഞു.

"റേഡിയോസ്റ്റേഷൻ ട്രാൻസ്ഫോർമറിൽ എന്തോ തീ ഉണ്ടായിരി ക്കുന്നു. ഞാൻപോയി നോക്കിയിട്ടുവരാം...നീ കതകടച്ചേക്ക്..." അവളോടു പറഞ്ഞു.

സഹതാപംനിറഞ്ഞ മിഴികളോടെ അവൾ നോക്കിനിൽക്കേ അയാൾ തിടുക്കത്തിൽ പുറപ്പെടാൻ തുടങ്ങി.

ഫോൺ വീണ്ടും ശബ്ദിച്ചു:

"ഹലോ...ഇതു രാജശേഖരൻ..."

"ഇത് എക്സിക്യൂട്ടീവ് എഞ്ചിനീയർ. റേഡിയോ സ്റ്റേഷൻ ട്രാൻസ്ഫോർമറിൽ എന്തോ തീയാണല്ലോ?"

"അതെ സാർ...ഞാൻ അങ്ങോട്ടേയ്ക്കിറങ്ങിയിരിക്കുകയാണ്."

"ഉടനേ ചെന്നുനോക്കി ശരിയാക്കിയിട്ട് എന്നെ വിളിച്ചറിയിക്ക്."

"യേസ് സാർ."

അയാൾ വെളിയിൽ ഇറങ്ങുമ്പോൾ മാലതി കുടകൊണ്ടുവന്നുകൊ ടുത്തിട്ട്, "ഈ മഴയത്ത് എങ്ങനെ സ്കൂട്ടറിൽപോകും?" എന്നു വിഷാദ ത്തോടെ ചോദിച്ചു.

"സ്കൂട്ടറിൽ പറ്റിയില്ലെങ്കിൽ ടാക്സിയിൽ പൊയ്ക്കളയാം. ശരി... നീ കതകടച്ചേക്ക്" അവളുടെ കൈയിൽനിന്നും കുടയും വാങ്ങി, തകർത്തുപെയ്യുന്ന മഴയിൽ, തെരുവിലൂടെ ടാക്സി കിടക്കുന്ന ജങ്ഷൻ നോക്കി അയാൾ നടന്നു.

അന്നത്തെ ദിവസവും അയാൾക്ക് അപ്പോൾത്തന്നെ ആരംഭിച്ചു കഴിഞ്ഞു.

ഫയലുകൾ

ഭാഗം ഒന്ന്

മണി 10:15

ഇരുമ്പുക്രോസികളാൽ നിർമിതമായ മുഖ്യകവാടവും പച്ചപ്പുൽ മൈതാനവും കടന്ന് ഓഫീസിൽ ഞാൻ പ്രവേശിക്കുന്നു......

നേരെ മുന്നിലായി, മുകളിൽ, കോൺക്രീറ്റ് ഉത്തരത്തിലിരുന്ന് എന്നെത്തന്നെ ഉറ്റുനോക്കുന്ന വട്ടമൊത്ത വൈദ്യുത ഘടികാരത്തിൽ മണി പത്തേകാൽ.

വാതിലിന്റെ വലതുഭാഗത്തുള്ള എൻക്വയറി കൗണ്ടറിലേക്ക് വെറുപ്പോടെ ഞാൻ തിരിഞ്ഞുനോക്കുന്നു.

കൗണ്ടറിനുമുമ്പിൽ അഴകിയ രാവണനായി നിൽക്കുന്ന യുവാവിനെ നോക്കിക്കൊണ്ട്, കൈത്തണ്ടയുടെ ലാവണ്യവും സുവർണരേണുക്കളായ തോൾവരെ തെളിയുന്ന രോമരാജികളുടെ മനോഹാരിതയും പ്രദർശിപ്പിച്ച്, ഇടതുകൈയിലെ ഫോണിൽ രസിച്ചുല്ലസിച്ചു സംസാരിക്കവേ വലതുകൈയിൽ 'വിസിറ്റേഴ്സ് സ്ലിപ്പി'ൽ എന്തോ കുത്തിക്കുറിച്ചുകൊണ്ടിരിക്കുന്ന എൻക്വയറിക്ലാർക്ക് നളിനിയുടെ മിഴികൾ എന്നിൽ പതിക്കുമ്പോൾ...

ആ മുഖത്ത് പരിഹാസം ദ്യോതിക്കുന്നതുപോലെ എനിക്കൊരു തോന്നൽ.

വെപ്രാളത്തോടുകൂടി, ഇടത്തോട്ടുതിരിഞ്ഞ് മുന്നിൽ കാണപ്പെട്ട, മൊസൈക് പടികൾ വായുവേഗവും മനോവേഗവുമായി ചാടിക്കയറുമ്പോൾ എനിക്കു ശ്വാസംമുട്ടുന്നു.

ബനിയനകത്തെ ഒട്ടിപ്പിടിക്കുന്ന വിയർപ്പിന്റെ ഈർപ്പം...

ശരീരത്തിനുള്ളിൽനിന്നും ആവി ഉയർന്ന് വെളിയിലേക്കുവരുന്നതുപോലുള്ള വേവ്...

രാമേശ്വരക്ഷേത്രപ്രാകാരം പോലെ നെടുനീളത്തിൽ വിസ്താരമേറിയ ഹാൾ.

രണ്ടുവശങ്ങളിലും ഉള്ള ചില്ലുജനാലകൾവഴി വന്ന വെളിച്ചത്തെ അപഹസിക്കുന്നവിധം വരിവരിയായ്നിന്ന് ട്യൂബ്ലൈറ്റുകൾ ജ്വലിക്കുന്നു.

മുകളിൽ, നൂൽപിടിച്ചപോലെ നെടുനീളത്തിൽ മൂന്നുവരികളായി കറങ്ങിക്കൊണ്ടിരിക്കുന്ന ഫാനുകളുടെ ഹുങ്കാര ശബ്ദം.

അവിടവിടെയായി, പരക്കെ ടെലഫോണുകളുടെ കിണി കിണി ശബ്ദം...

കുന്നുപോലെ കൂടിക്കിടക്കുന്ന ഫയൽക്കൂമ്പാരങ്ങളോടൊപ്പം മനുഷ്യയന്ത്രങ്ങളുടെ തലകൾ...

കൈയിൽ ഫയലുകളുമായി നടനംചെയ്യുന്ന ജഡങ്ങൾ.

സെക്ഷനിൽ കയറുമ്പോൾ ആദ്യം കണ്ണിൽപ്പെടുന്ന ശർമയുടെ മുഖത്ത് ഒരു ഊറിയ ചിരി. മറ്റാരുടെ മുഖവും നോക്കാൻ തോന്നിയില്ല.

എന്റെ മേശപ്പുറത്തെ ട്രേയിലും അടുക്കടുക്കായി ഫയലുകൾ. വിരലുകളെ ട്രേയ്ക്കകത്തു കടത്തി ഫയലുകൾക്കിടയിൽ ഭദ്രമായിക്കിടന്ന താക്കോൽ എടുത്ത് മേശവലിപ്പു തുറക്കുന്നു.

മുകളിൽ കറങ്ങിക്കൊണ്ടിരുന്ന ഫാനിലെ കാറ്റ് ശരീരത്തിൽ നുരഞ്ഞുകൊണ്ടിരുന്ന വിയർപ്പിൽ തട്ടുമ്പോൾ പരമാനന്ദം.

നെഞ്ചിൽ ഒരു ഭാരം.

മേശവലിപ്പിൽനിന്നും പേനയെടുത്തുകൊണ്ട് സെക്ഷനിൽനിന്നും പുറത്തേക്കിറങ്ങി നേരെ നടക്കുന്നു.

ഛേ...കണ്ണെത്തുന്ന ദിക്കിലൊക്കെ എന്തിനാണിങ്ങനെ ഘടികാരങ്ങൾ?

മണി പത്ത്-ഇരുപത്!

'കെ വി ചന്ദ്രശേഖർ, പർച്ചേഴ്സ് ഓഫീസർ' എന്ന് ഇംഗ്ലീഷിൽ, വെൺലിപികളിൽ എഴുതിയിട്ടുള്ള ഒരു ചെറിയബോർഡ് തലനീട്ടി ഗർവോടെ എത്തിനോക്കുന്നു...

ഞാൻ നിൽക്കുന്നു...ചില്ലുവാതിൽ തുറന്നുകൊണ്ട് ആ മുറിയിൽ കയറുന്നു...എയർകണ്ടീഷനിംഗിന്റെ ശീതളസുഖം എന്റെ ഉടൽ അറിയുന്നു...

ഓഫീസറുടെ മേശയ്ക്കു ചുറ്റും മൂന്നുനാലുപേർ ഇരിപ്പുണ്ട്.

അഡ്മിനിസ്ട്രേറ്റീവ് ഓഫീസർ പ്രഭാകരക്കൈമൾ.

പേഴ്സണൽ ഓഫീസർ റസാലം.

അക്കൗണ്ട് ഓഫീസർ രാമമൂർത്തി.

ജെ ആൻഡ് ജെ കമ്പനി എക്സിക്യൂട്ടീവ് ഷാഹുൽ ഹമീദ്.

എല്ലാവരുടെയും ദൃഷ്ടികൾ മൊട്ടുസൂചിമുനകളായി എന്റെ മേൽ തറയ്ക്കുന്നു.

എന്റെ ഓഫീസർ ചന്ദ്രശേഖറുടെ മിഴികൾ അദ്ദേഹത്തിന്റെ കണ്ണടയെ തുളച്ചുകൊണ്ട് കൂർമയായി എന്റെ കണ്ണുകളിൽത്തന്നെ വന്നു പതിക്കുന്നു.

മുഖത്തു കുറ്റബോധം തെളിയേ ഞാൻ മേശപ്പുറത്തു ഹാജർപുസ്തകം തേടുന്നു.

സിഗററ്റുപുകയുടെ മണ്ഡലം. മാക്രോപോളോയുടെ ഗന്ധം.

അൽപ്പനേരം ആരും മിണ്ടുന്നില്ല. മൗനം

മൗനം

"ഊം...എന്താണു തെരയുന്നത്?"

ഓഫീസറുടെ അധികാരം ധ്വനിപ്പിക്കുന്ന ഒരുചോദ്യം.

ഒരു പൊട്ടിച്ചിരി ഉയരുന്നു.

എയർകണ്ടീഷനായിരുന്നിട്ടും വിയർപ്പിൽ എന്റെ ശരീരം നനയുന്നു. അപമാനത്താൽ എട്ടുചാൺശരീരവും കൂനിക്കുറുകിപ്പോവുന്നു.

തൊണ്ട അടഞ്ഞുപോവുന്നു. വാക്കുകൾ പുറത്തേക്കുവരുന്നില്ല.

മനസ്സിൽ കുറ്റവാളിയുടെ നടുക്കം.

"ഞാൻ ചോദിച്ചതു താൻ കേട്ടില്ലേ? എന്താണു തെരയുന്നത് എന്ന്?"

ആരും ചിരിക്കുന്നില്ല.

"അറ്റൻഡൻസ് രജിസ്റ്റർ."

"ഇപ്പോ മണി എന്തായി?"

സ്വയം ചലിക്കുന്ന പ്രതിമയുടെതുപോലെ എന്റെ ശിരസ്സ് ഉയർന്ന് ഘടികാരത്തെ നോക്കുന്നു.

'മണി 10–23' പറയാൻ തോന്നിയതു വാക്കുകളുടെ രൂപമെടുത്തില്ല.

വധശിക്ഷയ്ക്കു വിധിക്കപ്പെട്ടവനെപ്പോലെ നോക്കിയിട്ട് ഞാൻ തല കുനിക്കുന്നു.

"എസ്റ്റാബ്ലിഷ്മെന്റു സെക്ഷനിലേക്ക് അയച്ചിരിക്കുന്നു. ലേറ്റ് മാർക്ക്ചെയ്തുവന്നശേഷം ഒപ്പിട്ടാൽമതി."

മനസ്സിൽ വേദന.

ഒന്നും പറയാൻ തോന്നുന്നില്ല.

കതകുതുറന്നു പുറത്തേക്കുവരുമ്പോൾ അകത്തു ചിരി ഉയരുന്നു.

അടിക്കടി മാനക്കേടു സംഭവിക്കുമ്പോൾ പിന്നെ മാനമേത്? അപമാനമേത്?

പുറത്തുനിൽക്കുന്ന പ്യൂൺ ശങ്കരന്റെ മുഖത്തും ഒരു ഹാസ്യമുദ്ര!... പാപി! അവൻ എല്ലാം കേട്ടിരിക്കണം! ഇനി ഇപ്പോൾ ഓഫീസു മുഴുവനും ഈ ന്യൂസ് പുകപോലെ പരക്കും. അങ്ങനെയാണെങ്കിൽ അപമാനിക്കപ്പെടുന്നതിനെക്കാൾ വലുതാണോ ആ വാർത്ത മറ്റുള്ളവർ അറിയുന്നത്?

സെക്ഷനിൽ വീണ്ടും വരുന്നു. നാരായണശർമയുൾപ്പടെ ആരുടെ മുഖവും നോക്കാൻ ധൈര്യമില്ല.

സീറ്റിൽ വന്നിരിക്കുന്നു. വിയർപ്പുണക്കാൻ മുകളിൽ ഫാൻ കറങ്ങുന്നുണ്ടല്ലോ!

കസേരയിൽ ശരിക്കും പറ്റിപ്പിടിച്ചിട്ടുള്ള പൊടി ടൗവൽകൊണ്ട് തുടയ്ക്കാൻ മറന്നത് പെട്ടെന്നു ഞാൻ ഓർത്തുപോവുന്നു.

പോട്ടെ, പുറമെ പറ്റിക്കൂടുന്ന പൊടിയെ മാത്രമല്ലേ എന്നെക്കൊണ്ടു

തുടച്ചുവൃത്തിയാക്കാൻ കഴിയുന്നുള്ളൂ? വേണ്ട, മുണ്ടിലും കുപ്പായത്തിലും ഒക്കെ ഒട്ടിപ്പിടിക്കട്ടെ, മതിയാവോളം......ആർക്കുചേതം?

മേശപ്പുറത്തു നെടുനീളത്തിലുള്ള കംപാർട്ടുമെന്റുട്രേയിലെ അറകളിൽ അമർന്നിരിക്കുന്ന ഫയലുകൾ 'എന്താണടുത്തത്' എന്ന് എന്നെ നോക്കി തിരക്കുകൂട്ടുന്നു.

നടപടികളെടുക്കുന്നതിനു കാത്തിരിക്കുന്ന 'ഇൻവേഡ്പേപ്പേഴ്സി'ന്റെ ഫയൽക്കെട്ട് പൂർണഗർഭിണിയുടെ വയറുപോലെ വേവലാതിപ്പെടുത്തുന്നു.

ആദ്യം ഏതു പേപ്പർ–ലെറ്റർ–ആണെടുക്കേണ്ടത്?

എന്ത് ആക്ഷൻ ആണെടുക്കേണ്ടത്?

അതൊക്കെയിരിക്കട്ടെ, ഇന്ന് എന്തിന് ഇവിടെയിരുന്നു ജോലിചെയ്യണം? 'ലേറ്റ്' മാർക്കുചെയ്തിട്ടുണ്ടാവും. മൂന്നു 'ലേറ്റ്' ആവുമ്പോൾ ഒരു കാഷ്വൽ ലീവ്...! അതിനെക്കാൾ നല്ലത് ഒരു കാഷ്വൽ ലീവിന് ആപ്ലിക്കേഷൻ എഴുതിക്കൊടുത്ത് പുറത്തിറങ്ങി പൊയ്ക്കളയുകയല്ലേ?

എവിടെ പോകാൻ?

വീട്ടിലേക്കോ?

പതിവില്ലാതെ, ഈ രണ്ടുംകെട്ട നേരത്ത് വീട്ടിലേക്കുപോയാൽ സുലോചന ആശ്ചര്യപ്പെട്ടുപോവുമല്ലോ! എന്നാൽ പിന്നെ മ്യൂസിയത്തിലേക്കോ ബീച്ചിലേക്കോ പോയി അഞ്ചുമണിവരെ സമയം കളഞ്ഞിട്ട് നല്ല പിള്ളയായി വീട്ടിലേക്കുപൊയ്ക്കളയാം.

നല്ല ആലോചനതന്നെ...

എന്നാൽ....

ഇപ്പോചെന്ന് കാഷ്വൽലീവിന് അപേക്ഷിച്ചാൽ ഓഫീസർ സാങ്ഷൻ ചെയ്യുമോ?

ഇന്നലെത്തന്നെ 'വെരി അർജന്റ്''എന്നു പറഞ്ഞല്ലോ...ടെണ്ടർ ടാബുലേഷൻ ഫയൽ എടുത്ത് ഞാൻ വീണ്ടും യന്ത്രമായി ജോലി ചെയ്യുന്നു.

മൂന്നുമാസങ്ങൾക്കുമുമ്പ്....

പതിവായിവരുന്ന വയറ്റുവേദനയായിരുന്നു 'സുലോചനയ്ക്ക്.' വെറും സോഡകൊണ്ട് എത്രദിവസം അതിനോടു മല്ലടിക്കാൻ സാധിക്കും? എങ്ങനെയെങ്കിലും അടുത്തദിവസം തൈക്കാട്ടാശുപത്രിയിൽ കൊണ്ടുപോയി ആക്കാം എന്നുനിശ്ചയിച്ച്, ഓഫീസിൽ മനഃസമാധാനമില്ലാതെ ജോലിചെയ്യുകയായിരുന്നു.

പിറ്റേദിവസത്തേക്ക്, 'കാഷ്വൽലീവി'നു ഒരു 'ആപ്ലിക്കേഷൻ' എഴുതി മൂന്നുമണിയോടുകൂടി ഓഫീസറുടെ റൂമിൽ ചെന്നപ്പോൾ അദ്ദേഹം അവിടെ ഇല്ല. പുറത്ത് ഉറക്കംതൂങ്ങിക്കൊണ്ടിരുന്ന ശങ്കരനോടു ചോദിച്ചപ്പോൾ ഒരു കോൺഫറൻസിനായി തിടുക്കത്തിൽ സെക്രട്ടറിയേറ്റിലേക്കു പോയിരിക്കുന്നതായി അറിയാൻ കഴിഞ്ഞു.

വേറെ നിവൃത്തിയില്ലാതെ, ആപ്ലിക്കേഷൻ, അദ്ദേഹത്തിന്റെ നോട്ടം വീഴുന്ന ദിക്കിലായി മേശപ്പുറത്തുവച്ചിട്ട് ഞാൻ സെക്ഷനിലേക്കുവന്നു...

അന്ന് ഓഫീസിൽനിന്നും ഇറങ്ങുന്നതുവരെ ഓഫീസർ വന്നതേയില്ല.

പിറ്റേന്ന് സുലോചനയെയും കൂട്ടിക്കൊണ്ട് ഞാൻ ആശുപത്രിക്കു പോയിരുന്നു.

അതിനടുത്തദിവസം ഞാൻ ഓഫീസിൽ വന്നപ്പോൾ പേടിപ്പെടുത്തുന്നവിധം ചുവന്നമഷിയിൽ 'വരയും കുറിയുമായി നോട്ട് സാങ്ഷൻഡ്' എന്ന് ഓഫീസർ എഴുതിയ കമന്റോടുകൂടി എന്റെ മേശപ്പുറത്തിരുന്ന ആപ്ലിക്കേഷൻ എന്നെ ഭയപ്പെടുത്തുകതന്നെ ചെയ്തു.... സഹപ്രവർത്തകർ പരിഹാസത്തോടെ നോക്കി. അന്ന് ഹാജർപുസ്തകത്തിൽ ഒപ്പിടാനായി ഓഫീസറുടെ മുറിയിൽ ചെന്നപ്പോൾ ആ അപേക്ഷയെ വിറയ്ക്കുന്ന കൈകളോടുകൂടി വീണ്ടും അദ്ദേഹത്തിന്റെ കരങ്ങളിൽ സമർപ്പിച്ചിട്ട് ഞാൻ ചൂളിപ്പിടിച്ചുനിന്നു.

"ലീവ്ലെറ്റർ കുറഞ്ഞതു മൂന്നുദിവസം മുമ്പെങ്കിലും എന്നെ കാണിച്ച് ഞാൻ സാങ്ഷൻ ചെയ്തിട്ടേ ലീവ് എടുക്കാവൂ എന്നു തനിക്കറിഞ്ഞുകൂടെ?" അധികാരത്തിന്റെ ചോദ്യം.

ഇംഗ്ലീഷ് ഡിക്ഷ്ണറിയിൽ 'കാഷ്വൽ' എന്ന വാക്കിന്റെ അർഥം എന്റെ തൊണ്ടവരെവന്നു. എനിക്കിങ്ങനെ കണിശക്കാരനായ ഒരു ഓഫീസർ ഉള്ളതിനാൽ കുറഞ്ഞതുമൂന്നുദിവസം മുമ്പെങ്കിലും എനിക്ക് അറിയിപ്പുതന്നിട്ടുവേണം വരാനെന്ന്' ഈ തൊലഞ്ഞ സുഖക്കേടുകൾക്ക് അറിയാതെ പോവുന്നല്ലോ എന്ന് എന്റെ ഹൃദയം സ്വയം ചോദിച്ചുകൊണ്ടിരുന്നു.

ഒടുവിൽ, കുറേ നേരം എന്നെ കെഞ്ചിക്കുകയും കുരങ്ങുകളിപ്പിക്കുകയും ചെയ്ത് ഒരു താക്കീതോടുകൂടി എന്റെ കുറ്റത്തെ അദ്ദേഹം ക്ഷമിച്ചു.

അങ്ങനെയുള്ള ആളിന്റെ പക്കൽ, ഈ സ്ഥിതിയിൽ, ഇപ്പോൾ ഒരു കാഷ്വൽ ലീവ് ആപ്ലിക്കേഷൻ എഴുതിക്കൊടുത്തിട്ടുപോവുക എന്നതു സാധിക്കുന്ന കാര്യമാണോ?

ട്രിംങ്...ട്രിംങ്...ട്രിംങ്...

മേശപ്പുറത്തെ ഫോൺ പ്രാണൻപോവുമ്പോലെ ശബ്ദിക്കുന്നു.

'ട' ക്കെന്നു ഫോൺ എന്റെ ചെവിക്കരികിൽ.

'ആര് രവീന്ദ്രനോ?'

പരുക്കനായ പതിഞ്ഞ ആ സ്വരത്തിന്റെ ഉടമസ്ഥൻ മറ്റാരായിരിക്കും? അധികാരമുള്ള ചന്ദ്രശേഖറുടെ ശബ്ദത്തിലെ പ്രത്യേകതയാണ്.

"യേസ് സാർ."

"ഇങ്ങോട്ട് വരൂ."

ടക്.

ഫോൺ വയ്ക്കപ്പെടുന്നു.

ഫയലുകൾ ഒതുക്കിവയ്ക്കപ്പെടുന്നു.

തിരക്കിട്ടെണീറ്റപ്പോൾ, എഴുതാൻ സൗകര്യത്തിനുവലിച്ചുവച്ചിരുന്ന മേശവലിപ്പിന്റെ മുന തുടയിൽ തട്ടിയതിന്റെ പ്രാണവേദന.

മേശവലിപ്പ് അടയ്ക്കുന്നു.

എണീറ്റുനിൽക്കുമ്പോൾ, അറിയാതെ, സഹപ്രവർത്തകരെ നോക്കിപ്പോവുന്നു.

എതിരെ ഇരുന്ന നാരായണശർമയുടെ മുഖത്ത് ഒരു ആകാംക്ഷ.

അയാൾക്കടുത്തിരുന്ന ബാലകൃഷ്ണനുണ്ണിയുടെയും നമ്പൂതിരിയുടെയും മുഖങ്ങളിൽ പരിഹാസം തെളിയുന്നു. നമ്പൂതിരിയുടെ ഇടതുവശത്ത് ഇങ്ങോട്ടുതിരിഞ്ഞിരിക്കുന്ന സുകുമാരക്കുറുപ്പിന്റെയും കരുണാകരപ്പിഷാരടിയുടെയും മുഖങ്ങളിൽ യാതൊരു ഭാവഭേദവുമില്ല. പിഷാരടിയുടെ അടുത്തിരുന്ന വാര്യരും എനിക്കരികിൽ ഇരിക്കുന്ന മാത്യു മാമ്പറപ്പും ഉമ്മറും അനുകമ്പയോടെ നോക്കുന്നു.

സെക്ഷനിൽ നിന്ന് ഇറങ്ങി നടക്കുമ്പോൾ മനസ്സിൽ ഒരു ശൂന്യഭാവം മാത്രം.

ഓഫീസറുടെ റൂമിൽ കയറുമ്പോൾ അവിടെ ജെ ആൻഡ് ജെ കമ്പനി എക്സിക്യൂട്ടീവ് ഷാഹുൽ ഹമീദ് ഒഴിച്ച് മറ്റാരുംതന്നെ ഇല്ല.

മേശപ്പുറത്തു ഹാജർപുസ്തകം കിടക്കുന്നത് എന്റെ കണ്ണുകൾ ഗൗനിക്കുന്നു.

ഓഫീസർ ഒരു കത്തെടുത്ത് നീട്ടുന്നു.

"ഉടൻ ആക്ഷൻ എടുക്കണം. ഈ ആഡിറ്റേഴ്സിനു വേറെ തൊഴിലൊന്നുമില്ല."

കത്തു ഞാൻ വാങ്ങുന്നു; അതിൽ ചെറുതായി കണ്ണോടിക്കുന്നു.

അറ്റൻഡൻസ് രജിസ്റ്റർ ഞാൻ ഇനിയും തൊട്ടിട്ടില്ല...

ഞാൻ മടങ്ങാൻ ഒരുങ്ങുമ്പോൾ,

"ആ ടെണ്ടർ ടാബുലേഷൻ എന്തായി? ഇന്നലത്തന്നെ ഞാൻ പറഞ്ഞിരുന്നല്ലോ വളരെ അർജന്റാണെന്ന്?"

"തീർന്നുകഴിഞ്ഞു. അതിന്റെ സബ്മിഷനാണ് എഴുതിക്കൊണ്ടിരിക്കുന്നത്."

"ആരുടെയാണ് ചീപ്പസ്റ്റ് ഓഫർ?"

അറിയാതെ എന്റെ നോട്ടം ഹമീദിന്റെ മേൽപതിച്ചു. വിഷലിപ്തമായ ഒരു ചിരി ചുണ്ടിലൂറവേ സിഗററ്റെടുത്തുവലിച്ചുകൊണ്ട് പുച്ഛസന്യാസിയായി അയാൾ ഇരിക്കുന്നു...

"ജോൺസൻ ഇൻഡസ്ട്രീസ്..."

"അടുത്തത്...?"

"ഇന്റർനാഷണൽ എന്റർപ്രൈസ്."

"ശരി, ശരി, ജെ ആൻഡ് ജെ കമ്പനിയോ?"

"അതാണ് ഹൈയസ്റ്റ് ഓഫർ..."

അൽപ്പനേരം ആരും മിണ്ടുന്നില്ല.

സിഗററ്റിന്റെ ഗന്ധം പരക്കുന്നു.

ഓഫീസറുടെയും ഹമീദിന്റെയും നോട്ടങ്ങൾ വിഷമത്തോടുകൂടി സന്ധിക്കുന്നതുഞാൻ അറിയുന്നു. എങ്കിലും ലോകപരിചയം ലേശവും

ഇല്ലാത്ത ഒരു വിഡ്ഢിച്ചെറുക്കനെപ്പോലെ, അടുത്ത ഉത്തരവിനായി യാതൊരു വികാരവും ചിന്തയും ഊഹങ്ങളും ഇല്ലാത്ത യന്ത്രമായി ഞാൻ നിലകൊള്ളുന്നു.

"കാൽക്കുലേഷനൊക്കെ ശരിയാണോ?"

"ശരിതന്നെ."

"ഒരു കാര്യംചെയ്യ്. ജെ ആൻഡ് ജെ കമ്പനി നമ്മുടെ രാജ്യത്തുള്ളത്...അതുകൊണ്ട് നാട്ടിൽ തൊഴിൽ അഭിവൃദ്ധിക്ക് അവർക്ക് ഓർഡർ പ്ലേസ് ചെയ്യുന്നതാണുനല്ലത് എന്ന് സബ്മിഷനിൽ എഴുതിവയ്ക്ക്..."

"യേസ് സാർ. എന്നാൽ രണ്ടാം സ്ഥാനത്തുനിൽക്കുന്ന ഇന്റർനാഷണൽ എന്റർപ്രൈസും നമ്മുടെ നാട്ടിൽ ഉള്ളതാണല്ലോ!"

ഉത്തരമില്ല.

വീണ്ടും നോട്ടങ്ങൾ കൈമാറ്റപ്പെടുന്നു..."ശരി പോവൂ. കഴിഞ്ഞ കോൺട്രാക്ടിൽ സപ്ലൈചെയ്തത് വളരെ തൃപ്തികരമായിരുന്നു എന്ന കാരണംപറഞ്ഞ് ജെ ആൻഡ് ജെ കമ്പനിക്കുതന്നെ 'റെക്കമെൻഡ്' ചെയ്ത് സബ്മിഷൻ എഴുതിക്കൊണ്ടുവരൂ. ഉടനേ വരണം. ഈ ഓഡിറ്റ് ഒബ്ജക്ഷൻ പേപ്പറിനും ഉടനേ ആക്ഷൻ എടുക്കണം."

എന്റെ സീറ്റിൽ വന്നിരിക്കുന്നു.

ആകെ കുഴപ്പം.

കൈയിൽ ഇരിക്കുന്ന ഓഡിറ്റ് ഒബ്ജക്ഷൻ ലെറ്റർ വായിക്കുന്നു.

ജെ ആൻഡ് ജെ കമ്പനിക്ക് മുമ്പുകൊടുത്ത ഒരു ഓർഡറിനെക്കുറിച്ചുള്ള, ഒബ്ജക്ഷനാണിത്...അതിനെ 'ഇൻവേഡ്ലെറ്ററു' കളുടെ കൂട്ടത്തിൽ വച്ചിട്ട് ഓഫീസർ വിളിച്ചതിനാൽ നിറുത്തിവയ്ക്കപ്പെട്ട ടെണ്ടർ ടാബുലേഷൻ ജോലിതുടരുന്നു.

കഴിഞ്ഞ കോൺട്രാക്ടിന്റെ സമയത്തും ഇങ്ങനെ തന്നെയായിരുന്നു. അന്ന് ജെ ആൻഡ് ജെ കമ്പനി ഏറ്റവും കുറഞ്ഞ ക്വട്ടേഷനിൽ നിന്നും ഒരുപടി മുകളിൽ ആയിരുന്നു.

നാലുകമ്പനികളിൽനിന്നും സാമ്പിളുകൾ വരുത്തിയിരുന്നു. പരിശോധനയിൽ ഉള്ളതിൽ മോശമെന്നുതോന്നിയിട്ടും ഇതുപോലെ ഇദ്ദേഹം പറഞ്ഞ എന്തോ ചിലകാരണങ്ങൾ അടിസ്ഥാനപ്പെടുത്തി ജെ ആൻഡ് ജെ കമ്പനിക്കുതന്നെ അന്ന് ഓർഡർ നൽകപ്പെട്ടു.

അപ്പോൾത്തന്നെ അറിയാമായിരുന്നു ഇത് അത്ര ലഘുവായി പോവുന്നതല്ലെന്ന്.

ഇതാ...ഇപ്പോൾ ഓഡിറ്റ് ഒബ്ജക്ഷൻ. ഇനിയെന്തൊക്കെ വരാമ്പോണോ? ഡ്രാഫ്റ്റ് എഴുതിയ ഞാൻതന്നെ വേണമല്ലോ ഇതിനൊക്കെ ഉത്തരം പറയാൻ! ആര് പറഞ്ഞിട്ടാണ് ഞാൻ എഴുതിയത്, ആരാണു കീഴെ ഒപ്പിട്ട് അംഗീകരിച്ചിരിക്കുന്നത് തുടങ്ങിയ ചോദ്യങ്ങൾക്കൊന്നിനും അവിടെ സ്ഥാനമേ ഇല്ലെന്നോ?

മണി –11:00

ടപ്.

മേശപ്പുറത്ത് പയ്യൻ കാപ്പികൊണ്ടുവയ്ക്കുന്നു. മാത്യുവും ബാല കൃഷ്ണനുണ്ണിയും കാന്റീനിലേക്കുപോവുന്നു.

അതിനിടയിൽ മണി പതിനൊന്നായോ? കാപ്പിയെടുത്തു കുടിക്കു കയാണ്.

"ഇന്ന് പത്രം നോക്കിയോ? അൽപ്പസ്വൽപ്പമൊന്നുമല്ല, മുഴുവനോടെ ഒരു ലക്ഷം രൂപയ്ക്കു കൈക്കൂലി!" തലേദിവസം കണ്ടുപിടിക്കപ്പെട്ട അഴിമതിയെപ്പറ്റി ശർമ പ്രസ്താവിക്കുന്നു......സുകുമാരക്കുറുപ്പും ഉമ്മറും അതിനെപ്പറ്റി വിശദവിവരങ്ങൾ പറഞ്ഞ് സംഭാഷണത്തിൽ പങ്കെടുക്കു ന്നു.

"എന്താണുരവീ? വളരെ ബിസിയാണോ? വന്നപ്പോ മുതൽ എഴു ത്താണല്ലോ." ശർമ എന്നെയും സംഭാഷണത്തിൽ വലിച്ചിഴക്കുന്നു.

ചിരിക്കുന്ന ഭാവത്തിൽ പല്ലുകാട്ടുന്നതല്ലാതെ മറ്റെന്തുമറുപടിയാ ണു നൽകുക?

സെക്ഷൻ പ്യൂൺ ചാത്തനെ കാണുന്നില്ല.

ശർമയോടു ചോദിച്ചപ്പോൾ.

"അവനോ? രാവിലെതന്നെ ഓഫീസർക്ക് എന്തോ സ്വന്തകാര്യമായി ബാങ്കിലേക്കു പോയിരിക്കയാണെന്നു തോന്നുന്നു. ഇന്നത്തേക്കു നമ്മ ളുതന്നെ ടൈപ്പിംഗിനും ഡെസ്പാച്ചിനും അങ്ങോട്ടുമിങ്ങോട്ടുമെല്ലാം ഫയലും തൂക്കിക്കൊണ്ട് നടക്കണം." ആരെങ്കിലും കേൾക്കുമോ എന്നു ഭയന്ന് അങ്ങുമിങ്ങും നോക്കിക്കൊണ്ട് അയാൾ പറയുന്നു. തലയിലെഴു ത്തുതന്നെ.

ഫയലും ടെണ്ടർ ടാബുലേഷൻ സ്റ്റേറ്റുമെന്റും സബ്മിഷനുമായി ഓഫീസറുടെ മുറിയിലേക്കുചെല്ലുന്നു. റൂമിൽ ഇപ്പോൾ ഹമീദിനെ

കാണുന്നില്ല. ഫയൽ മേശപ്പുറത്തുവയ്ക്കുന്നു. ഉടനെ അദ്ദേഹം അതെടുത്തു മറിക്കുകയാണ്.

"ശരി, ശരി. കുറേകഴിഞ്ഞുവരൂ. ഒപ്പിട്ടുവയ്ക്കുന്നുണ്ട്".

ഞാൻ തിരിച്ചുവരുന്നു. ഓഡിറ്റ് ഒബ്ജക്ഷൻ ലെറ്റർ കൈയിൽ എടുക്കുന്നു. കഴിഞ്ഞ ഓർഡർ കൊടുക്കുമ്പോൾ ജെ ആൻഡ് ജെ കമ്പനിക്ക് എന്തെന്തു സൗജന്യങ്ങളാണു നൽകിയത്! സ്പെഷ്യൽ കേസ് എന്ന നിലയിൽ 'സെക്യൂരിറ്റി ഡെപ്പോസിറ്റ്' ആയ ഒരു ലക്ഷംരൂപ ബാങ്ക്ഗാരണ്ടിയിൽനിന്നും ഇവരെ ഒഴിവാക്കി. 'ഏണസ്റ്റ് മണി കെട്ടാഞ്ഞിട്ടും ഇവർക്കുതന്നെ ഓർഡർ കൊടുത്തു. വിൽപ്പനനികുതി ഉൾപ്പടെ എന്നു ടെണ്ടറിൽ പറഞ്ഞിട്ടും ആ ഇനത്തിൽ പ്രത്യേകമായി ഒരു നല്ല തുക നൽകി. ഇതാ, ഇപ്പോൾ ഈ ലെറ്ററിൽ ഓരോന്നായി എടുത്തുപറഞ്ഞ് മറുപടി ആവശ്യപ്പെട്ടിരിക്കുകയാണ്, ആഡിറ്റേഴ്സ്. ഏതിനെന്നു മറുപടി പറയാൻ? എങ്ങനെ നടപടി എടുക്കാൻ? എനിക്കൊന്നും തോന്നുന്നില്ല.

ഫയൽ തേടുന്നു. കാണുന്നില്ല. മേശപ്പുറത്തും ട്രേയിലും അലമാരിക്കകത്തും തേടുന്നു. കിട്ടുന്നില്ല.

എന്റെ വെപ്രാളം കണ്ട് ശർമയും ഉമ്മറും മറ്റുള്ളവരും അവരവരുടെ മേശപ്പുറത്തുതേടുകയാണ്. അവർക്കും കിട്ടുന്നില്ല.

ഇതിനിടയിൽ മേശപ്പുറത്തെ ടെലിഫോൺ രണ്ടുപ്രാവശ്യം ചിലച്ചു.

ഞാൻ ഓഫീസറുടെ മുന്നിൽ എത്തുന്നു.

"ഉടനെതന്നെ ടെലഗ്രാഫിക് ഓർഡർ കൊടുത്തേക്ക്. ഡീറ്റയിൽഡ് ഓർഡർ ഇന്നുതന്നെ തപാലിൽ പോകണം." അൽപ്പംമുമ്പ് ഒപ്പിടാൻ കൊടുത്ത ഫയൽ എന്റെ മുന്നിലേക്കെറിയുന്നു. വിളിച്ച ഉടനേ ഹാജരാകാത്തതിന്റെ കോപം ആ ഏറിൽ കാണാം.

"ആ ഓഡിറ്റ് ഒബ്ജക്ഷൻ പേപ്പറിനു ആക്ഷൻ ആയില്ലേ?"

യന്ത്രത്തിനു വിശ്രമമെന്തിന്?

"സാർ...ഫയൽ കാണുന്നില്ല," എന്റെ കണ്ണുകൾ അദ്ദേഹത്തിന്റെ മേശയെ പരതുന്നു.

"ഫയൽ കാണാനില്ലേ? അവിടെ സെക്ഷനിൽത്തന്നെ എവിടെയെങ്കിലും കാണും, ഇവിടെ ഇല്ല." അദ്ദേഹത്തിന്റെ വലതുവശത്തു നെടുനീളത്തിൽ ഉള്ള കമ്പാർട്ടുമെന്റു ട്രേയിൽ താറുമാറായി കിടക്കുന്ന ഫയലുകളെ ഞാൻ ആകാംക്ഷയോടെ നോക്കുന്നു. അദ്ദേഹത്തിന്റെ അനുമതികൂടാതെ അവിടെ എങ്ങനെയാണു തേടുന്നത്?

ഹൃദയഭാരത്തോടെ, മനോവേദനയോടെ സെക്ഷനിലേക്കു മടങ്ങിവരുന്നു.

ഛേ, ഛേ; എന്തൊരു ജീവിതം!

തുലഞ്ഞ ഫയലും കാണാനില്ല. അതിവിടെ സെക്ഷനിൽ ഇല്ല എന്നതിൽ എനിക്കു കടുകെട സംശയമില്ല. അദ്ദേഹത്തിന്റെ പക്കൽത്തന്നെ ഉണ്ടായിരിക്കണം.

വീണ്ടും യന്ത്രമായി ടെലഗ്രാഫിൽ ഓർഡർ എഴുതുന്നു. അദ്ദേഹത്തിന്റെ അടുത്തുകൊണ്ടുചെന്നു ഒപ്പിടുവിക്കുന്നു. ഫോൺ ഡയൽചെയ്ത് ഫോണോഗ്രാമിൽ അതുകൊടുക്കുന്നു. പോസ്റ്റിൽ അയക്കേണ്ട കൺഫർമേഷൻകോപ്പി ടൈപ്പുചെയ്തുവാങ്ങാനായി ടൈപ്പിസ്റ്റിന്റെ അടുത്തുചെല്ലുന്നു. കാത്തിരുന്ന് ടൈപ്പ്ചെയ്തുവാങ്ങുന്നു. കൈയെഴുത്തുകോപ്പിയുമായി ഒത്തുനോക്കി തിരുത്തുന്നു. ഇനിഷ്യൽചെയ്യുന്നു. ഓഫീസറുടെ അടുത്തുകൊണ്ടുപോയി ഒപ്പിടുവിച്ച്, താഴെ ഓഫീസിന്റെ മറ്റേ അറ്റത്തുള്ള ഡെസ്പാച്ചിൽ കൊണ്ടുചെന്ന് ഏൽപ്പിക്കുന്നു.

ഈ നശിച്ച ഫയൽ എവിടെപ്പൊയ്ക്കളഞ്ഞു? അന്ന് പറ്റിയതുപോലെ ആവുമോ?

കഴിഞ്ഞ ആണ്ടിലൊരു ദിവസം...

ഓഫീസ്വക കാറുകൾ, വാനുകൾ, ജീപ്പുകൾ ഇവയൊക്കെ റിപ്പയർചെയ്യുന്നതു സംബന്ധിച്ച ഒരു ഫയൽ പെട്ടെന്നു കാണാതെപോയി. വളരെ വളരെ മുഖ്യമായ-രഹസ്യമായ-ടെണ്ടറുകൾ അടങ്ങിയ ഫയൽ. അതുമുഴുവനും അഴിമതി നിറഞ്ഞതാണെന്ന് എനിക്കും ഓഫീസർക്കും പുറമേ ആ ഫയലിനു മാത്രമേ അറിയാവൂ. രഹസ്യം അറിയാവുന്നവനെ രക്ഷപ്പെടാനനുവദിക്കുകയെന്നുവച്ചാൽ....

ഞാൻ തേടി...വീണ്ടും തേടി.

എവിടെപ്പോയ് ഒളിച്ചിരിക്കുന്നോ, ദൈവത്തിനേ അറിയാവൂ!

ഓഫീസർ എന്നെ വിളിച്ചു ശാസിച്ചു.

“ഇപ്പോ, തനിക്കു വളരെ അശ്രദ്ധയാണ്. ഈ ഫയൽ തൊലയുന്നതുകൊണ്ടു തൊന്തരവാണെന്നറിയാമോ?”

ഫയൽ തുലഞ്ഞാലും അതിന്റെ ഉള്ളടക്കം മുഴുവനും ആദ്യാവസാനം എനിക്കുകാണാപ്പാഠം ആയതുകൊണ്ട് അതുനഷ്ടപ്പെട്ടുപോയതിൽ ആർക്കാണു കൂടുതൽ പ്രയോജനം എന്ന് എനിക്കു നല്ലവണ്ണം അറിയാം. എനിക്കറിയാമെന്നുള്ളത് അദ്ദേഹത്തിനും അറിയാം.

രാപകലില്ലാതെ ഇങ്ങേരുടെ വിളിക്കൊക്കെ ഹാജരായി ഞാൻ മാടിനെപ്പോലെ ജോലിചെയ്തിട്ടുണ്ട്. എന്റെ മനഃസാക്ഷിയെയും വകവയ്ക്കാതെ, സ്വന്തം ലാഭം ഇച്ഛിക്കാതെ, ഇങ്ങേരുടെ എത്രയോ അഴിമതികൾക്കു ഞാൻ അരുനിന്നിട്ടുണ്ട്. അതൊക്കെ സൗകര്യപൂർവം മറന്നിട്ട്, ഫയൽ കാണാതെ പോയ വിവരം മുകളിലേക്കറിയിച്ചുകളഞ്ഞു. ഞാൻ അറിയാതെ!

ഒടുവിൽ അന്വേഷണോദ്യോഗസ്ഥൻ ഓഫീസിൽവന്ന് എന്നെ നേരിൽ ചോദ്യംചെയ്തു. ഞാൻ എവിടെയൊക്കെയോ പോയി കാത്തുകെട്ടി കിടക്കേണ്ടിവന്നു. എനിക്കെതിരായിട്ടുതന്നെയാണ് ഇങ്ങേരും പറഞ്ഞത്. അവസാനം, ഫയൽ നഷ്ടപ്പെട്ടത് എന്റെ അശ്രദ്ധകൊണ്ടാണെന്നു തീരുമാനമായി. ഒരു ‘ഇംക്രിമെന്റു’ ‘ബാർ’ ചെയ്തുകൊണ്ടു ഓർഡർ വന്നു. കൂടെ കടുപ്പമേറിയ ഭാഷയിൽ ഒരു ഉഗ്രൻ താക്കീതും...

എന്റെ സർവീസ് റിക്കാർഡിൽ ചുവപ്പുമഷിയടയാളങ്ങൾ നിറഞ്ഞിരിക്കുന്നു. ഇപ്പോൾ...

ഇപ്പോൾ, ഈ ഫയലും കിട്ടാതെപോയാൽ രണ്ടാം പ്രാവശ്യം ആയതുകൊണ്ട് ഒന്നുകിൽ സസ്പെൻഷൻ, അല്ലെങ്കിൽ ഡിസ്മിസൽ.

വിയർക്കുന്നു. എന്തൊരു ജീവിതം ഇത്?

മുൻപിൻ പരിചയമില്ലാത്ത മറ്റാരായിരുന്നെങ്കിലും സാരമില്ലായിരുന്നു. ചന്ദ്രശേഖറുടെ കീഴിൽ ഇക്കഴിഞ്ഞ ആറേഴാണ്ടുകളായി, ഈ ക്രൂരതകളൊക്കെ സഹിച്ചുകൊണ്ട് യജമാനഭക്തിയോടെ ആത്മാർഥമായിത്തന്നെ ഞാൻ ജോലിചെയ്യുന്നു. അങ്ങനെയായിരുന്നിട്ടും......

ആറേഴാണ്ടായി ജോലിചെയ്യുന്നതിരിക്കട്ടെ, അതിനുമുമ്പു ഇങ്ങേർക്കെന്നെ പരിചയമില്ലേ?

അൽപ്പവും പരിചയമില്ലാത്തയാളായി, നിയമാനുസൃതമായി മാത്രം എന്നോട് അധികാരം ചെലുത്തിയിരുന്നെങ്കിൽ സാരമില്ലായിരുന്നു. പരമശത്രുവായി, ആജൻമവൈരിയായി എന്നെ കാണുന്നതെന്തിന്?

ഫോണിൽ വിളി.

വീണ്ടും പിടച്ചെണീറ്റുകൊണ്ടു ഞാൻ ചെല്ലുന്നു.

"ഉം...ഇതാ...! ഫയൽ ഇവിടെക്കൊണ്ടിട്ടിട്ട് താൻ അവിടെ എന്ത് ആക്ഷൻ ആണുഹേ എടുക്കുന്നത്? വരെ വരെ ശുദ്ധമോശം!"

ഓഡിറ്റ് ഒബ്ജക്ഷൻ ലെറ്ററിനു നടപടിയെടുക്കാനായി ചില നിമിഷങ്ങൾക്കുമുമ്പ് അങ്ങേരോടു നേരിട്ടു ചോദിച്ചപ്പോൾ ഏതു ഫയലാണോ ഇല്ലായെന്ന് എടുത്തടിച്ചുമറുപടിപറഞ്ഞു ശാസിച്ചത്, അതേ ഫയലിനെത്തന്നെ, അങ്ങേർതന്നെ എന്റെ മുന്നിലേക്കെടുത്തെറിയുന്നു! തന്റെ തെറ്റിനെക്കുറിച്ച് അൽപ്പമെങ്കിലും ലജ്ജ ഉണ്ടാകാതിരിക്കുമോ ഇങ്ങേർക്ക്? ഉം-വലിയ മനുഷ്യരുടെ പട്ടികയിൽ സ്ഥാനംപിടിക്കണമെങ്കിൽ ആദ്യം മരവിപ്പിക്കേണ്ടതു മനഃസാക്ഷിയെത്തന്നെയാണല്ലോ! കുറ്റം എന്റേതുതന്നെ എന്ന മനഃക്ലേശത്തോടെ ഞാൻ ഫയൽ എടുക്കുന്നു.

"ഉം...ഉം...ഉടനേ ഡ്രാഫ്റ്റ് എഴുതിക്കൊണ്ടുവരൂ. ഇന്നുതന്നെ ലെറ്റർ ഡെസ്പാച്ച്ചെയ്യണം. ആ ഡീറ്റയിൽഡ് ഓർഡറും എഴുതാൻ തുടങ്ങ്. അതും പെട്ടെന്ന് അയക്കണം."

കഴിഞ്ഞ ആറേഴുവർഷങ്ങളായി ഭഗീരഥപ്രയത്നം ചെയ്ത് മരവിപ്പിച്ച എന്നിലെ ന്യായാന്യായ വിവേചനബോധം ഞാനറിയാതെ എങ്ങനെ ഉയിർത്തെണീക്കാൻ പോവുന്നു?

മിണ്ടാതെ, ഫയലുംകൊണ്ട് ഞാൻ മടങ്ങുന്നു.

"എന്ത്? ഓഡിറ്റ് ഒബ്ജക്ഷൻ ഫയലോ?" ശർമയുടെ ചോദ്യം.

"അട പാവീ! ഇതു നേരത്തേ നോക്കിയിരുന്നാലെന്ത്?" ഉമ്മർ.

എല്ലാരും എന്തൊക്കെയോ പറയുന്നുണ്ട്. ഞാൻ വീണ്ടും പൊരുന്നക്കോഴിയായി ജോലിയിൽ തലയും പൂഴ്ത്തിയിരിക്കുന്നു.

മണി –11:30

എന്റെ അബോധമനം മാത്രം സഞ്ചരിക്കുന്നു.

അപ്പപ്പാ! ഇങ്ങനെയൊരു പ്രമാണിത്തം കാണിക്കാൻ ഇവനെ ങ്ങനെ കഴിയുന്നു?

അതെ, ഇപ്പോൾ ഇരുപത്തഞ്ചുവർഷങ്ങളായിക്കാണും. അന്ന് എനിക്ക് അഞ്ചുവയസ്സുമാത്രം. സ്കൂളിൽ എന്നെ കൊണ്ടുവന്നു ചേർത്തിട്ട് അച്ഛൻ മടങ്ങിപ്പോയി. പ്യൂൺ എന്നെ ക്ലാസിലേക്കു കൂട്ടി ക്കൊണ്ടുപോയി. എവിടെനോക്കിയാലും എന്നെപ്പോലെ ചെറിയ ചെറിയ കുട്ടികൾ.

ക്ലാസിൽപോയി ഇരുന്നു. ചുറ്റിലും വിരണ്ടുനോക്കി. പരിചയമുള്ള മുഖം ഒന്നുപോലുമില്ല. ജീവിതത്തിൽ ആദ്യമായി, അപ്പോൾ എനിക്ക നുഭവപ്പെട്ട ഏകാന്തതയുടെ ഭാരം ഇപ്പോഴും ഓർമ്മയിൽ.

ആരോടും മിണ്ടാൻതോന്നിയില്ല. 'കല കലയെന്നു പറഞ്ഞു ചിരി ച്ചുകൊണ്ടിരുന്നവരെ അമ്പരന്നുനോക്കിക്കൊണ്ടിരുന്നു. കൃഷ്ണയ്യർ സാർ കൈയിലിരുന്ന പുസ്തകത്തിലെ ആദ്യപാഠമായ ഈശ്വര പ്രാർത്ഥന രാഗത്തിൽ നീട്ടിപ്പാടി അർത്ഥം പറഞ്ഞുതരുന്നു. അങ്ങേരുടെ നെറ്റിയിലെ ഗോട്ടിക്കായ് വലുപ്പത്തിലെ വീക്കവും അതിൽ വരച്ചിരുന്ന ചന്ദനക്കുറിയുംമാത്രം ഓർമ്മയിൽ തങ്ങി.

പെട്ടെന്ന്

എന്നെപ്പോലെതന്നെ ആരോടും മിണ്ടാതെ പാഠവും ശ്രദ്ധിക്കാതെ, ചുറ്റുംനോക്കി ഏകാന്തതയിൽ ഒതുങ്ങിയിരുന്ന ഒരു പയ്യൻ എന്റെ ശ്രദ്ധ യിൽപ്പെട്ടു.

അവനും എന്നെ നോക്കി.

തൊലികളഞ്ഞ ഉരുളക്കിഴങ്ങുമാതിരി മൊഴുമൊഴായിരുന്നു അവൻ.

ബെൽ അടിച്ചു...

കുട്ടികൾ ക്ലാസിനുവെളിയിൽ ചിതറി. ചിലർ പൈപ്പിനടിയിൽചെന്ന് തുറന്ന് ശറേന്നു പാഞ്ഞ വെള്ളം 'മടമട'യെന്നു കുടിച്ച് ദാഹം ശമിപ്പിക്കുന്നു. മറ്റു ചിലർ മൂത്രമൊഴിക്കാനോടി.

ആ പയ്യൻ എന്റെയടുത്തു പതുക്കെവന്നു. പണക്കാരന്റെ ലക്ഷണം...

"ഇന്നാണോ ക്ലാസ്സിൽ ചേർത്തത്?"

"അതെ, നീയോ?"

"ഞാനും ഇന്നുതന്നെ ചേർന്നു. നിന്റെ പേര് എന്തോന്ന്?"

"രവീന്ദ്രൻ. നിന്റെ പേര്?"

"കെ വി ചന്ദ്രശേഖരൻതമ്പി. നിന്നെ നാലാംക്ലാസ്സിൽ എങ്ങനെ ചേർത്തു?"

"ഹെഡ്മാസ്റ്ററുടെ മുറിയിൽവച്ച് എനിക്ക് ഒരു പരീക്ഷവച്ചു. അതിലെനിക്കു നൂറ്റിനു നൂറും കിട്ടി. അതാണ് എന്നെ ചേർത്തത്. നീ പരീക്ഷ എഴുതിയില്ലേ?"

"ഞാനോ? ഞാനെന്തിനു പരീക്ഷയെഴുതണം? നിന്നെപ്പോലെയാണോ ഞാൻ? ഞങ്ങടെ അച്ഛനാരാണെന്നറിയാമോ?"

"അറിഞ്ഞൂടാ."

"കൊട്ടാരത്തില് വാസുദേവൻതമ്പിയെ അറിയാമോ? അതുതന്നെയാണെന്റെ അച്ഛൻ!"

അങ്ങനെയാണെങ്കിൽ രാജകുടുംബത്തെ ചേർന്നവരാണോ? അപ്പോ പരീക്ഷയെഴുതിക്കാതെ ഇവനെ നാലാംക്ലാസിൽ ചേർത്തതിൽ ആശ്ചര്യമില്ല.

"ഞാൻ പരീക്ഷയെഴുതിയിരുന്നെങ്കി പൂജ്യംമാർക്കുതന്നെ കിട്ടിയിരിക്കും." തന്റെ സ്വാധീനം പ്രകടിപ്പിക്കുവാനെന്നവണ്ണം അവൻ ഗമയിൽ പറഞ്ഞു.

"ശരി...വാ...പെടുത്തിയിട്ടുവരാം..." അവൻ വിളിച്ചപ്പോൾ ഞാൻ പോയി.

ഇങ്ങനെയാണ് എന്റെ ഇളംപ്രായത്തിൽ ചന്ദ്രശേഖരനുമായി ഒരു കൂട്ടുകെട്ട് ഉണ്ടായത്.

നാളുകൾ കഴിയുന്തോറും, ചന്ദ്രശേഖരനെപ്പറ്റി അവനിലൂടെതന്നെ അറിയാൻ കഴിഞ്ഞു.

പണ്ട് ഏതോ ഒരു രാജാവിന്റെ രഹസ്യസന്ദർശനത്താൽ ഖ്യാതി കൈവരിച്ച ഒരു കുടുംബത്തിലെ സന്തതികളാണവർ.

എനിക്കു കുറേക്കൂടി പ്രായംവന്നശേഷം ഒരു മീനമാസ ആറാട്ടിന്റെ സമയം 'അമ്മവീട്ടു' നടയിൽ രാജാവിനു ആദരസൂചകമായി നിലവിളക്കും നിറപറയും ഒരുക്കിക്കൊണ്ടിരിക്കവേ, ചന്ദ്രശേഖർ, ചേച്ചി ഇന്ദിരാഭായിത്തങ്കച്ചി, അച്ഛൻ വാസുദേവൻതമ്പി ഇവരോടൊപ്പംനിന്ന അവന്റെ അമ്മ രുഗ്മണീഭായിയെ കണ്ടപ്പോൾ, യുവതിയായിരിക്കേ അവർ എന്തുമാത്രം സുന്ദരിയായിരുന്നിരിക്കും എന്ന് എന്റെ മനസ്സ് മൂകമായിപ്പറഞ്ഞു.

ശ്രീമൂലം തിരുനാളിന്റെ വാഴ്ചക്കാലത്ത് 'ശ്രീമൂലം പ്രജാസഭ'യിൽ അംഗമായിരുന്നയാളാണ് വാസുദേവൻതമ്പി. അതിനുശേഷം ചിത്തിര

തിരുനാളിന്റെ ശ്രീചിത്രാസ്റ്റേറ്റു കൗൺസിലിലും അംഗമായിരുന്നു. പിതാവിനു സർക്കാരിൽ ഉണ്ടായിരുന്ന വലിയ സ്വാധീനത്തിന്റെ ചിഹ്നങ്ങൾ പള്ളിക്കൂടത്തിൽ പഠിച്ചിരുന്ന ചന്ദ്രശേഖരനിലും വളരെ പ്രകടമായിരുന്നു.

എല്ലാ വിഷയങ്ങൾക്കും വീട്ടിൽ പ്രത്യേകം ട്യൂഷൻ. എന്നിട്ടും അവന് പഠിത്തത്തിൽ യാതൊരു ഉത്സാഹവും ഇല്ല; വളരെ മോശം. പരീക്ഷ നടക്കുമ്പോൾ എന്നെ നോക്കി വല്ലതും കുത്തിക്കുറിക്കും. അത്ര മാത്രം, മാർക്കിടുന്ന ദരിദ്രരായ അധ്യാപകരിൽ ആരുംതന്നെ അവന്റെ കുടുംബംത്തിന്റെ സ്വാധീനത്തെക്കുറിച്ച് അറിയാത്തവരില്ലായിരുന്നതിനാൽ എന്നെക്കാൾ കൂടുതൽ മാർക്കുവാങ്ങി അവൻ ജയിച്ചുകളയുമായിരുന്നു!

ഉം.....കുടുംബത്തിന്റെ സ്ഥിതി നല്ലവണ്ണം അറിയാമായിരുന്ന ഞാൻ പഠിത്തത്തിൽ കണ്ണും കരുത്തുമായി കഴിഞ്ഞു. പക്ഷെ, ഒടുവിൽ എന്തു പുണ്യം? ഇതാ ഇപ്പോൾ ചന്ദ്രശേഖറുടെ കീഴിൽ ഞാൻ ജോലിചെയ്യുന്നു. അവൻ എന്നെ ആട്ടിയോടിക്കുന്നു.

ഡ്രാഫ്റ്റ്‌ലെറ്റർ പൂർത്തിയാവുന്നു.

ഒരു പ്രാവശ്യം വായിച്ചുനോക്കുന്നു. തീയതിവച്ച് ഇനിഷ്യലും ചെയ്ത് ചന്ദ്രശേഖറുടെ അടുത്തുകൊണ്ടുചെല്ലുന്നു. പ്യൂണിന്റെ ജോലിയും ഞാൻതന്നെ വേണമല്ലോ ചെയ്യാൻ!

സഹപ്രവർത്തകരായ ഗുമസ്തൻമാർ നടപടിയെടുക്കുന്ന സകല ഫയലുകളും ഹെഡ്ക്ലാർക്ക്, ജൂനിയർ സൂപ്രണ്ട് ഇത്യാദി ഏണിപ്പടികളിലൂടെ അദ്ദേഹത്തെ പ്രാപിച്ചാൽമതി. നടപടികൾക്കായി അവർക്കുവരുന്ന 'ഇൻവേഡ് പേപ്പേഴ്സും' അപ്രകാരം പ്രോപ്പർചാനലിലൂടെത്തന്നെ വന്നണയുന്നു. ഞാൻ മാത്രം ശാപഗ്രസ്തൻ! ഭാവിയിൽ ഗവേഷണനിമഗ്നനായ ആഗോളപ്രശസ്തനായ ശാസ്ത്രജ്ഞനാകണമെന്നെല്ലാം കെട്ടിയ മനക്കോട്ടകളുടെ ചുടലച്ചാരത്തിന്റെ കൂമ്പാരത്തിൽനിന്ന് ഒരു എൻ ജി ഒ ആയി, വെറും ഒരു ഗുമസ്തനായി, പുനർജന്മമെടുത്തവനല്ലേ ഞാൻ!

എങ്ങനെയിരുന്നാലും ഈ ഗുമസ്തപ്പണിയിൽ ഞാൻ ചേർന്ന ദിവസം മുതൽ ഇന്നുവരെ കിട്ടുന്ന കടലാസുകൾക്കു മുഴുവനും ഉടനുടൻ നടപടിയെടുക്കാൻ തെറ്റിയിട്ടേ ഇല്ല. അലസത എനിക്കു സാധ്യമല്ല. മറ്റാരെക്കാളും കൂടുതലായി എന്റെ സാമർഥ്യം, ആദിമുതൽ നല്ലവണ്ണം അറിയുന്ന ആളാണല്ലോ ചന്ദ്രശേഖർ! തന്റെ വക്രതകൾക്ക്, ഇംഗ്ലീഷ് അനായാസമായി കൈകാര്യം ചെയ്യുവാനുള്ള എന്റെ കഴിവിനെ കവചമായി ഉപയോഗിക്കാനാണോ എന്തോ തന്റെ പേഴ്സണൽ വിഭാഗത്തിൽ തന്ത്രപൂർവം എന്നെ ഇട്ടിരിക്കുകയാണ്. കാൽക്കാശുപോലും ശമ്പളത്തിൽ കൂടുതൽ ഇല്ല. എങ്കിലും അങ്ങേരുടെ നേരിട്ടുള്ള ഉത്തരവാദിത്വത്തിലും മേൽനോട്ടത്തിലും ഇരിക്കുന്ന, അഴിമതിനിറഞ്ഞ സകല ഫയലുകളുടെയും പാപഭാരത്തെയും ഞാൻ ഒറ്റയ്ക്കുചുമക്കേണ്ട ഗതികേട്. ഞാൻ മാത്രം മൂകസാക്ഷി. ഞങ്ങൾ രണ്ടുപേർക്കുമിടയിൽ മറ്റാരുംതന്നെ ഇല്ല. നടപടിയെടുക്കേണ്ട പേപ്പറുകൾ എനിക്ക് നേരിട്ടയക്കുന്നു. നടപ

ടിയെടുത്തവകളെ ഞാനും അങ്ങേർക്കുനേരിട്ടു സമർപ്പിച്ചിരിക്കണം! ഇത് അദ്ദേഹത്തിന്റെ സ്പെഷൽ ഉത്തരവ്!

രാപകലില്ലാതെ, തലപുകഞ്ഞ് ഞാൻ എടുക്കുന്ന പണിക്ക് പ്രശംസയും നന്ദിയും ഒന്നുംവേണ്ട. മനസ്സിന്റെ ഉൾക്കോണിൽ എവിടെയെങ്കിലും 'എട്ടുപത്തുവർഷം നമ്മോടൊപ്പം പഠിച്ചവൻ. പഠിത്തത്തിൽ അൽപ്പമെങ്കിലും നമുക്കുപ്രയോജനപ്പെട്ടവൻ' എന്ന ഒരു ദയയുടെ ഒരു അണുവെങ്കിലും ഉണ്ടാവില്ലേ? അനുകമ്പയില്ലെങ്കിലും വേണ്ട, 'സ്വന്തലാഭം ഒന്നും ഇല്ലാതെ നമ്മുടെ ചാപത്തിനെല്ലാം ഇവൻ കൂട്ടുനിൽക്കുന്നല്ലോ. നമ്മുടെ തെറ്റിനെല്ലാം ഇവനെ ബലികൊടുക്കുന്നതു ശരിയല്ല, എന്ന സാമാന്യനീതിപോലും കൂടാത്ത ഈ ദ്രോഹബുദ്ധിയെങ്കിലും, കുറഞ്ഞപക്ഷം മനുഷ്യനില്ലാതിരിക്കുകയില്ലേ?

ഞാൻ അങ്ങേരുടെ മുറിക്കകത്തു പ്രവേശിക്കുന്നു. ഭാവഭേദമന്യേ കത്തുവായിക്കുന്നു. ചുവപ്പുഡോട്പെൻകൊണ്ട് അവിടവിടെ ചില തിരുത്തലുകൾ.

"പോയി റീറൈറ്റ് ചെയ്തുകൊണ്ടുവരു. ഉടനെ വേണം."

ഞാൻ തിരിച്ചുവരുന്നു.

സീറ്റിൽ വന്നിരുന്ന് അങ്ങേരുടെ കുത്തിക്കുറിക്കലുകൾ വായിക്കുമ്പോൾ രഹസ്യം വെളിവാകുന്നു....അപ്പപ്പാ....എത്രവലിയ തന്ത്രശാലി! അങ്ങേരുടെ കൈയെഴുത്തിൽ ആ കത്ത് ഫയലിൽകിടക്കുന്നതു ഒഴിവാക്കാൻ ഇങ്ങനെയൊരുസൂത്രം!

രണ്ടാം പ്രാവശ്യം ഡ്രാഫ്റ്റ് തയ്യാറാക്കുമ്പോൾ "പർച്ചേസ് ഓഫീസറുടെ ഉത്തരവിൻപ്രകാരം" എന്ന് തലക്കെട്ട് എഴുതിക്കളഞ്ഞാലോ എന്നു എനിക്കു തോന്നത്തക്ക അളവിൽ കൃത്രിമങ്ങൾ അങ്ങേർ അതിൽ കുത്തിത്തിരുകിയിരിക്കുകയാണ്! എന്നാൽ ഞാൻ അങ്ങനെ എഴുതിക്കളഞ്ഞാലോ...? പിന്നെ ചോദിക്കണ്ടാ. ദുഷ്ടൻ എന്തൊക്കെ കാട്ടിക്കൂട്ടും!

കൊച്ചുപയ്യനായി സ്കൂളിൽ പഠിക്കുമ്പോഴും അവന് ഈ ശിലാഹൃദയമായിരുന്നു. എങ്കിലും സുഹൃദ്ബന്ധം തുടർന്നിരുന്നു. അതിനും എന്തെങ്കിലും കാരണം ഉണ്ടായിരിക്കാം.

അക്കാലത്ത് കരം ഒടുക്കുന്നവർക്കു മാത്രമാണ് വോട്ടവകാശം ഉണ്ടായിരുന്നത്. അവരാൽ തെരഞ്ഞെടുക്കപ്പെട്ട "ശ്രീചിത്രാസ്റ്റേറ്റു കൗൺസിലി"ന് ആധ്യക്ഷം വഹിച്ചുകൊണ്ട് രാജപ്രതിനിധിയായി ദിവാൻജി തിരുവിതാംകൂർ ഭരിച്ചിരുന്ന കാലം.

അന്നു പ്രത്യേക രാജ്യമായിരുന്ന കൊച്ചിക്കു പ്രത്യേക രാജാവും പ്രത്യേകഭരണവും.

ഇന്ത്യമുഴുവനും, യാഗാഗ്നിയായ് ഉയർന്നുപൊങ്ങിയ സ്വാതന്ത്ര്യസമരത്തിന്റെ ഉച്ചഘട്ടം.

അതിന്റെ മഹാതരംഗങ്ങൾ പ്രചണ്ഡമായി തിരുവിതാംകൂറിലും ഇളകിമറിയുന്നകാലം. ബഹുജനപ്രക്ഷോഭത്തെ ഒരേയടിക്കു തകർക്കു

ന്നതിനു ദിവാൻ കുറുക്കുവഴികളും കുതന്ത്രങ്ങളും പ്രയോഗത്തിൽ വരുത്തിക്കൊണ്ടിരുന്നു.

നെയ്യാറ്റിൻകരയിൽ വെടിവയ്പ്പ്!

കടപ്പുറത്തു കുതിരപ്പട്ടാളത്തിന്റെ ആക്രമണം!

വയലാർ–പുന്നപ്രയിൽ പൈശാചികമായ കൂട്ടക്കൊലകൾ!

ഇങ്ങനെ ഇനിയും എത്രയോ, എത്രയോ.....

വിദ്യാർത്ഥിവർഗം രൂക്ഷമായെണീറ്റ് ഒരേ സ്വരത്തിൽ ‘ദിവാൻ ഗോ ബാക്ക്’ എന്നു മുദ്രാവാക്യം മുഴക്കി. ഞാനും ചന്ദ്രശേഖറും അപ്പോൾ സ്കൂൾഫൈനലിൽ. ഏറിയാൽ ഞങ്ങൾക്കു വയസ്സ് പതിനാല്.

സ്കൂളുകളിൽ എപ്പോഴും കുഴപ്പം. പഠിത്തം ഒന്നും നടക്കുന്നില്ല. സ്വാതന്ത്ര്യബോധത്തിന്റെ ഉദ്വേഗത്തിൽ അഗ്നിപർവതമായി വിക്ഷോഭാവസ്ഥയിലായിരുന്ന വിദ്യാർഥി സമൂഹത്തിൽ, ദിവാന്റെ പ്രവൃത്തികളെ ന്യായീകരിച്ച് ഒറ്റയ്ക്കുപറയുവാനുള്ള രാക്ഷസത്വം ഈ ചന്ദ്രശേഖറിനുമാത്രമേ ഉണ്ടായിരുന്നുള്ളു. അവന്റെ അച്ഛൻ, വാസുദേവൻതമ്പി, ദിവാന്റെ വലതുകൈ ആയി പ്രവർത്തിച്ചിരുന്നതാണതിനു കാരണമെന്നാണ് മറ്റു വിദ്യാർഥികൾ പറഞ്ഞിരുന്നത്.

മണി –12:00

ഡ്രാഫ്റ്റ് തയ്യാറാക്കിയതുമായി ചന്ദ്രശേഖറുടെ റൂമിൽ പ്രവേശിക്കുന്നു. വായിച്ചുനോക്കി ഒപ്പിടുന്നു. അൽപ്പംമുമ്പ് ചുവപ്പുഡോട്പെൻകൊണ്ടു കുത്തിക്കുറിച്ച കടലാസ് ഫയലിൽനിന്നും മാറ്റാൻ മറക്കുന്നില്ല. "ടൈപ്പ് ചെയ്യിച്ച് അയച്ചശേഷം താൻ ഉണ്ണാൻ പോയാൽമതി." ഫയൽ എന്റെ കൈയിലേക്കു തരുന്നു. ഞാൻ ഫെയർ കോപ്പി സെക്ഷനിലേക്കോടുന്നു. ഛേ, എന്തുകഷ്ടം? ഫയലുകെട്ടും തൂക്കിക്കൊണ്ട്, കൂലിയില്ലാതെ, ശിപായിപ്പണിയും ചെയ്യേണ്ടിയിരിക്കുന്നു!

വെള്ളക്കാർ, ഇന്ത്യയിൽനിന്നും കെട്ടും ഭാണ്ഡവും മുറുക്കി കപ്പലേറിപ്പോകുന്നു എന്നതുതീർച്ചയായപ്പോൾ, തിരുവിതാംകൂർമാത്രം 'ഇന്ത്യൻയൂണിയനിൽ' ചേരാതെ സ്വതന്ത്രമായി നിൽക്കാൻ പോവുന്നതായി ഒരു വാർത്ത പതുക്കെപ്പതുക്കെ പരന്നു. ആ പ്രസ്ഥാനത്തിന്റെ സൂത്രധാരൻ ദിവാൻ ആണെന്നറിഞ്ഞതും ജനങ്ങൾ ജ്വലിച്ചു. വിദ്യാർത്ഥികൾ പ്രക്ഷോഭം നടത്തി. അപ്പോൾ ഞങ്ങളുടെ സ്കൂളിൽ ചന്ദ്രശേഖർമാത്രം കരിങ്കാലിയായി നിന്നു. അവന്റെ അച്ഛനും മറ്റുചിലരും സ്വതന്ത്രതിരുവിതാംകൂർവാദത്തെ കണ്ണടച്ചനുകൂലിച്ച് തനിപിന്തിരിപ്പൻപത്രങ്ങളിൽ എഴുതിക്കൊണ്ടിരുന്നതും വിദ്യാർഥികൾ അറിഞ്ഞിരുന്നു.

എന്നാൽ ബഹുലക്ഷം ജനങ്ങളുടെ പോരാട്ടത്തിന്റെ കർക്കിടകക്കാറ്റിൽ ദിവാന്റെ ഏകാധിപത്യ ഭരണകൂടം തുരുമ്പായി ആടിത്തുടങ്ങി. വെടിവയ്പ്, ലാത്തിച്ചാർജ് ഇവയൊക്കെ അതിജീവിച്ച് ഒരേ വ്യക്തിയായിഉയർത്തെണീറ്റ തിരുവിതാംകൂർ പ്രജയുടെ മുമ്പിൽ സ്വതന്ത്ര തിരുവിതാംകൂർവാദികൾ ചുരുണ്ടുവീണുപോയി. അതോടെ ദിവാനെ ആരോ വെട്ടി പരിക്കേൽപ്പിച്ച സംഭവംകൂടി ആയപ്പോൾ...

ഭാരതത്തിലെ മറ്റെല്ലാ സംസ്ഥാനങ്ങളെയുംപോലെ തിരുവിതാംകൂറും ആയിരത്തിത്തൊള്ളായിരത്തി നാൽപത്തിഏഴ് ആഗസ്റ്റ് പതിന

ഞ്ചിന് സ്വാതന്ത്ര്യം കൈവരിച്ചു; തിരുവിതാംകൂർ വിട്ട് ദിവാൻ വെളിയിലും.

സന്ദർഭത്തിനനുസരിച്ച് ഉയർന്ന വാസുദേവൻതമ്പി ഇപ്പോൾ അസ്സൽ കോൺഗ്രസുകാരനാണ്!

ഘദറും ഗാന്ധിത്തൊപ്പിയും കൂടാതെ അദ്ദേഹത്തെ കാണുന്നതു തന്നെ അപൂർവം. അതുകൊണ്ട്, ഉത്തരവാദിത്വഭരണം ലഭിച്ച തിരുവിതാംകൂറിന് നിയമങ്ങൾ നിർമിക്കാൻ രൂപീകരിക്കപ്പെട്ട് പിന്നീട് ഭരണച്ചുമതലയേറ്റെടുത്ത് നിയമസഭയായി മാറിയ ജനപ്രതിനിധിസഭയിൽ അംഗമാവുക എന്ന മേന്മ തമ്പിക്കു ലഭിച്ചു. ദിവാൻജിയുടെ കാലത്ത് സ്കൂളിൽ കുതിരവണ്ടിയിൽ വന്നിറങ്ങിക്കൊണ്ടിരുന്ന ചന്ദ്രശേഖർ ഇപ്പോൾ കോളേജിൽ കാറിൽ വന്നിറങ്ങിത്തുടങ്ങി. പഠിത്തത്തിൽ എത്ര മോശമായിരുന്നിട്ടും പരീക്ഷയിൽ പാസ്സാവുന്നത് അവന് പ്രശ്നമേ ആയിരുന്നില്ല! എന്നാൽ പഠിപ്പിൽ ഞാൻ എത്ര മിടുക്കനായിരുന്നിട്ടും അതിന്റെ ചെലവുതാങ്ങാനുള്ള ധനശേഷി അച്ഛന് ഒട്ടും ഇല്ലായിരുന്നു. "പഠിച്ചതൊക്കെ മതി. മിണ്ടാതെ ഒരു ജോലി തേട്" എന്ന് എന്നെ നിർബന്ധിക്കുവാൻ തുടങ്ങി.

എന്നാൽ, എന്തുപാടെങ്കിലും സഹിച്ച് ഒരു ഡിഗ്രി എടുത്ത് ഇലക്ട്രോണിക്സിൽ ഗവേഷണത്തിൽ ഏർപ്പെടണമെന്ന ഉദ്വേഗം എന്നെ നിരന്തരം പ്രേരിപ്പിച്ചതിനാൽ ഒരു ദിവസം പാൽക്കുളങ്ങരയിൽ ഉണ്ടായിരുന്ന പാരഡൈസ് തീയേറ്റർ ഉടമയായ കുട്ടൻപിള്ള മുതലാളിയുടെ വീട്ടിലേക്കു ഞാൻ പോയി.

ഈ നാട്ടിലേക്കുവരുന്ന കാലത്ത് കുട്ടൻപിള്ളക്ക് ഈ ധനശേഷി ഇല്ലായിരുന്നു. എനിക്കു ആറേഴു വയസ്സ് ആയിരുന്നപ്പോൾ അങ്ങേരുടെ വീട്ടിലേക്കു പാൽകൊണ്ടുകൊടുക്കുന്ന പതിവ് എനിക്കുണ്ടായിരുന്നു.

ഈസീച്ചെയറിൽ കിടന്ന് പത്രം മറിച്ചുനോക്കുകയായിരുന്നു അങ്ങേർ. വരാന്തയിൽ ഇളംവെയിൽ തത്തിക്കളിക്കുന്നുണ്ടായിരുന്നു.

എന്നെ അടിമുടിനോക്കി; ആളെ മനസ്സിലായിട്ടില്ല. അങ്ങേരുടെ തലമുടിയാകെ തുമ്പപ്പൂപോലെ വെളുത്തിരുന്നു.

"കൊച്ചനായിരുന്നപ്പോ ഇവിടെ പാലുകൊണ്ടുവന്നിട്ടുണ്ട്...പേരു രവീന്ദ്രൻ."

അൽപ്പനേരത്തിനകം എന്നെ മനസ്സിലാക്കിയപ്പോൾ എനിക്ക് ആശ്വാസമായി.

"ഊം...ഇപ്പോ എന്തുചെയ്യുന്നു?"

"ഇന്റർമീഡിയറ്റിൽ ചേർന്നിരിക്കുന്നു...വീട്ടിൽ വലിയ ബുദ്ധിമുട്ട്."

എന്റെ നേർക്കു ചോദ്യചിഹ്നം.

"ഇവിടെ തീയേറ്ററിൽ ബുക്കിംഗ് ക്ലാർക്കിന്റെ ജോലികിട്ടിയാൽ പഠിപ്പു തുടരാൻ സഹായമായിരിക്കും."

"സെക്കൻഡ്ഷോവിനു ടിക്കറ്റുവിറ്റ് കളക്ഷൻ ക്ലോസ് ചെയ്യുമ്പോ പാതിരാത്രിയാവും...ഈ ജോലിയും ചെയ്ത് നീ എങ്ങനെ പഠിക്കും? എങ്ങനെ കോളേജിൽ പോവും?"

"ഞാൻ എത്രപാടുപെട്ടെങ്കിലും സാധിച്ചോളാം."

"ടിക്കറ്റുബുക്കിൽ കോർപ്പറേഷൻ മുദ്രവയ്ക്കാൻ ചില ദിവസം കോർപ്പറേഷൻ ഓഫീസിൽ കാത്തുകിടക്കേണ്ടിവരും. ശനിയും ഞായറും മാറ്റിനി ഷോ...നീ ഇതൊക്കെ നോക്കുമോ, കോളേജിൽ പോവുമോ?"

"ഇല്ല മുതലാളീ...ഈ ജോലി കിട്ടിയാലേ എന്റെ പഠിപ്പു തുടരാനൊക്കൂ...അങ്ങു മനസ്സുവച്ചാൽ എങ്ങനെയെങ്കിലും ഞാൻ ജീവിക്കും."

ഒടുവിൽ തിയേറ്റർ പാരഡൈസിൽ എനിക്കു ബുക്കിംഗ്ക്ലാർക്കിന്റെ ജോലിതന്നു. മാസം ഇരുപതുരൂപ. കോളേജ്ഫീസ്, പുസ്തകം, ആഹാരം ഇതെല്ലാം അതിൽ ഒതുക്കി. പുതിയ പടങ്ങൾ റിലീസ് ആകുന്നദിവസം ജോലിത്തിരക്ക് അധികമാവും. കളക്ഷൻതുക ശരിയായില്ലെങ്കിൽ പണവും ടിക്കറ്റു നമ്പരും വീണ്ടും വീണ്ടും ഒത്തുനോക്കി ശരിയാക്കി അടച്ചിട്ട് വീട്ടിലേക്കു മടങ്ങുമ്പോൾ രാത്രി മണി രണ്ടോ മൂന്നോ ആയിരിക്കും. അങ്ങനെയായിരുന്നിട്ടും പിറ്റേദിവസം തെറ്റാതെ ഞാൻ കോളേജിൽ ചെല്ലും. മിക്കദിവസവും ഉച്ചപ്പട്ടിണി. എന്നിട്ടും വിടാപ്പിടിയായി പഠിച്ചു. എന്നിട്ടെന്തു പുണ്യം? പാഠം അറിഞ്ഞിരിക്കണം എന്നതിനെക്കാളുപരി, അതു അറിയാമെന്നുള്ളതു നടിക്കുവാനുള്ള കഴിവു കുറഞ്ഞുപോയതുകൊണ്ടാണോ എന്തോ, പരീക്ഷകളിൽ എന്നെക്കൊണ്ടു വലുതായൊന്നും സാധിക്കുവാൻ കഴിഞ്ഞില്ല. തോൽക്കാതെ ജയിച്ചു. അത്രമാത്രം.

തോൽവി-ജയം എന്നിവയിൽത്തന്നെ എന്തെങ്കിലും അർഥം ഉണ്ടോ? ഇന്റർമീഡിയറ്റിൽ തോറ്റപ്പോഴാണല്ലോ ചന്ദ്രശേഖർ പഠിപ്പിനോട് 'ഗുഡ്ബൈ' പറഞ്ഞത്.

ഇപ്പോൾ...!

കാരണം...?

സമൂഹത്തിലും സർക്കാരിലും അവന്റെ അച്ഛനുണ്ടായിരുന്ന വൻസ്വാധീനം...

സമൂഹത്തിലും സർക്കാരിലും സ്വാധീനം നേടണമെങ്കിൽ ചില യോഗ്യതകളൊക്കെ ഉണ്ടല്ലോ. ചന്ദ്രശേഖറുടെ അച്ഛന് ആ യോഗ്യതകളെല്ലാം ജന്മസിദ്ധമാണ്.

ഒരു കാലത്ത് താൻ കൊണ്ടാടിപ്പറഞ്ഞിരുന്നതായ വിശ്വാസപ്രമാണങ്ങളുടെ ചാമ്പൽക്കൂനയിൽനിന്ന് അതേകാലത്ത് തന്നാൽ പല്ലുംനഖവും ഉപയോഗിച്ചു എതിർക്കപ്പെട്ട സിദ്ധാന്തങ്ങളെ സ്വീകരിക്കുന്ന ഒരാളായി പുനർജന്മമെടുക്കാൻ ചങ്കൂറ്റം കാണിച്ച അങ്ങേർക്ക് അവസരത്തിനൊത്ത് പടിപടിയായി ഉയരാൻ കഴിഞ്ഞതിനാൽ സ്വാതന്ത്ര്യലബ്ധിക്ക് ഇരുപത്തിമൂന്നു മാസശേഷം തിരുവിതാംകൂറും കൊച്ചിയും സംയോജിച്ച് ഒരു സംസ്ഥാനമായ വേളയിൽ രണ്ടിടത്തെയും നിയമസഭകളെ ഒന്നിച്ചുചേർത്ത് ഒരു സഭയാക്കിയപ്പോൾ അതിൽ ഒരു മുഖ്യസ്ഥാനത്ത് എത്തുക തമ്പിക്കൊരു വലിയ കാര്യമായിരുന്നില്ല.

ആ സ്ഥാനത്തിരിക്കുമ്പോൾ ചന്ദ്രശേഖറെ ഒരു മേൽ ഗുമസ്തനായി സർവീസിൽ കയറ്റുന്നതാണോ അങ്ങേർക്കു പ്രയാസം?

മണി 12:20

ഓഡിറ്റ് ഒബ്ജക്ഷൻ ലെറ്ററിനുള്ള മറുപടി ടൈപ്പിസ്റ്റിൽനിന്നും വാങ്ങി ഞാൻ സെക്ഷനിലേക്കുവരുന്നു.

ഡ്രാഫ്റ്റുമായി ഒത്തുനോക്കി അവിടവിടെ ചില തിരുത്തലുകൾക്കു ശേഷം ഇനിഷ്യൽചെയ്ത് ചന്ദ്രശേഖറുടെ അടുത്തുകൊണ്ടുപോവുന്നു.

സ്പ്രിംഗ് ചുരുളുകൾപോലുള്ള തന്റെ ഒപ്പ് ഇടുന്നതിനിടയിൽ "താൻ നല്ലവണ്ണം വായിച്ചു നോക്കിയില്ലേ? ശരിതന്നെയാണല്ലോ?" തനിക്ക് ഒന്നുമറിഞ്ഞുകൂടാത്തതുപോലെ ചോദിക്കുമ്പോൾ, ഈ രാജ്യത്ത് വധശിക്ഷക്കുവിധിക്കപ്പെട്ടവന്റെ ശിക്ഷ നിറവേറ്റപ്പെടുമ്പോൾ, ആ പാപം രാജാവിൽ പതിക്കാതിരിക്കാനായി, പുള്ളിയെ തൂക്കിലേറ്റിയ ശേഷം, ശിക്ഷ ഇളവുചെയ്തുകൊണ്ടുള്ള രാജകൽപ്പനയോടെ സന്ദേശവാഹകനെ ജയിലിലേക്കയച്ചിരുന്ന സംഭവങ്ങളാണെനിക്കോർമ്മ വരുന്നത്.

"ഉടനെതന്നെ ഡെസ്പാച്ച് ചെയ്തേക്ക്."

സെക്ഷനിലേക്കോടുന്നു. അപ്പപ്പാ! ഇന്ന് എത്ര പ്രാവശ്യം ഈ പടികൾ കയറിയിറങ്ങി!

ഈ ചന്ദ്രശേഖറുടെ അച്ഛനെ സംബന്ധിച്ചിടത്തോളം ജീവിതത്തിൽ താഴ്ച എന്ന വാക്കുപോലും ഇല്ല. എപ്പോഴും ഒരേ ഉയർച്ചമാത്രം.... അതെ!

തിരുക്കൊച്ചി സംസ്ഥാനം ഉടലെടുത്ത് രണ്ടരയാണ്ടുകൾ കഴിഞ്ഞപ്പോൾ...

ഭാരതത്തിലെ എല്ലാസംസ്ഥാനങ്ങളോടൊപ്പം ഇവിടെയും നടന്ന പൊതുതെരഞ്ഞെടുപ്പിൽ ആകെയുണ്ടായിരുന്ന നൂറ്റിയെട്ടു സംസ്ഥാനങ്ങളിൽ ഒരു കക്ഷിക്കും ഭൂരിപക്ഷം കിട്ടിയില്ല. തമ്പി കോൺഗ്രസ് സ്ഥാനാർഥിയായിനിന്നു ജയിച്ചിരുന്നു. മൊത്തം നാൽപത്തിരണ്ടു സ്ഥാന

ങ്ങൾ നേടിയ അങ്ങേരുടെ കക്ഷി മന്ത്രിസഭ രൂപീകരിക്കുന്നതിനു ക്ഷണിക്കപ്പെട്ടു. അന്നു തിരുക്കൊച്ചിയുടെ ഭാഗമായിരുന്ന കന്യാകുമാരിജില്ലയിലെ എട്ടുതമിഴ്നാടുകോൺഗ്രസ് എം എൽ എ മാരും പുറമേ രണ്ടു സോഷ്യലിസ്റ്റ് അംഗങ്ങളും ഒരു നോമിനേറ്റഡ് മെമ്പറും നൽകിയ പിന്തുണയോടെ, റിപ്പബ്ലിക്കിലെ ആദ്യ പൊതുതെരഞ്ഞെടുപ്പിലൂടെ ആദ്യത്തെ മന്ത്രിസഭ രൂപമെടുത്തു...അനുഭവസമ്പന്നനായ വാസുദേവൻ തമ്പി ഇല്ലാത്ത മന്ത്രിസഭയോ?

ഭാര്യ രുഗ്മിണീഭായിയുടെ പേരിൽ, അവരുടെ സ്വന്തസ്ഥലമായ ആറൻമുളയ്ക്കു സമീപം ഒരു മിൽ സ്ഥാപിക്കപ്പെട്ടതുപോലുള്ള എത്രയെത്രയോ കാര്യങ്ങൾ നിസ്സാരമാണ്. എന്നാൽ ചന്ദ്രശേഖറുടെ കാര്യത്തിൽ ആദ്യമേതന്നെ ആസൂത്രണംചെയ്ത് ബുദ്ധിയോടെ പ്രവർത്തിച്ചു എന്നതാണ് ഇവിടെ മുഖ്യമായത്. കാര്യങ്ങൾ 'അകലെക്കൂടെ' കണ്ടു തന്നെ ഒരു പർച്ചേസ്വിംഗ് രൂപീകരിക്കപ്പെട്ടു. രാഷ്ട്രീയനിരീക്ഷകർക്കും വിമർശകർക്കും അസാധാരണമായൊന്നും തോന്നാത്തവിധത്തിൽ മകനെ ആ വിംഗിലേക്കുമാറ്റുകയും ചെയ്തു.

ചന്ദ്രശേഖർക്കുവേണ്ടി സർവീസിൽ ഇത്രയും പരിഷ്കാരങ്ങൾ നടന്നശേഷമാണ് എന്റെ സർക്കാർഉദ്യോഗചരിത്രം തന്നെ ആരംഭിച്ചത് എന്നുവേണം പറയാൻ.

എന്റെ ഉപരിപഠനം, ഗവേഷണം എന്നിങ്ങനെ ഞാൻ ആശിച്ചതെല്ലാം എന്റെ കുടുംബസ്ഥിതിയിൽ വെറും വ്യാമോഹങ്ങൾ മാത്രമായിത്തീർന്നു.

ഞാൻ ആഗ്രഹിച്ചവയെ–സ്വപ്നംകണ്ടവയെ–ഒന്നിനെയും എനിക്കു സമീപിക്കുവാനേ സാധിച്ചില്ല. എങ്ങനെയോ കഷ്ടപ്പെട്ടു ബി എസ് സി പാസ്സായതും കുടുംബഭാരം തലയിലായി.

എം എസ് സി, പി എച്ച് ഡി തുടങ്ങിയ, മുടന്തന്റെ ആശകൾക്കൊക്കെ നിത്യവിരാമം നൽകി തൊഴിലന്വേഷിക്കുന്ന കൂട്ടത്തിലിറങ്ങി. ശമ്പളം കുറവായിരുന്നിട്ടുകൂടി, മറ്റുമാർഗമില്ലാതെ, സിനിമാക്കൊട്ടകയിലെ ബുക്കിംഗ് ക്ലാർക്കുജോലി തുടർന്നുകൊണ്ടിരുന്നു.

സർക്കാർ ഉദ്യോഗത്തിനായി എനിക്കുശുപാർശ ചെയ്യാൻ ആരാണുള്ളത്? എന്നോടൊപ്പം പഠിത്തമാരംഭിച്ച്, വഴിക്ക് തോറ്റ് പഠിപ്പും കളഞ്ഞുപോയ എന്റെ സമവയസ്കൻ ഇന്നു കയറിപ്പറ്റിയിരിക്കുന്ന മഹോന്നതപീഠത്തെ തലഉയർത്തിനോക്കാൻ ശ്രമിച്ച എന്റെ കഴുത്തു വേദനിച്ചതുമാത്രം മിച്ചം; അവനെ കാണാൻ പറ്റുന്നില്ല!

കുടുംബത്തിന്റെ ദയനീയസ്ഥിതി പലപ്പോഴും അവന്റെ അടുക്കലേക്ക് ഓടാൻ എന്നെ പ്രേരിപ്പിച്ചിട്ടുണ്ട്. എങ്കിലും, ആധുനികലോകത്തിനു അൽപ്പവും ആവശ്യമില്ലാത്ത, 'പിന്തിരിപ്പൻ' അഭിമാനബോധം എന്നെ പിന്തിരിപ്പിച്ചിരുന്നു. നല്ലകാലം, ഞാൻ അവന്റെ കാൽക്കൽ വീണില്ല.

വീണിരുന്നെങ്കിലോ...?

അപ്പോൾത്തന്നെ എന്നെ ചവിട്ടിയെറിയുമായിരുന്നുവെന്ന് ഞാൻ ഇപ്പോൾ അറിയുന്നു.

ഒടുവിൽ, പബ്ലിക് സർവീസ് കമ്മീഷൻ ടെസ്റ്റിൽ നല്ല റാങ്കോടു കൂടി ജയിച്ചതിനാൽ ആരുടെയും ദയവുകൂടാതെ ഒരു എൽ ഡി സി ആയി. എന്നാൽ അതിനുശേഷം എന്നെ കൈക്കുപിടിച്ചുയർത്താൻ ആരുണ്ടായിരുന്നു? ആരുണ്ട്? ഇപ്പോൾ ചന്ദ്രശേഖർ എന്നെ ആട്ടുന്നു?

ജീവിതത്തിൽ മുന്നേറുന്നതിനു പഠിപ്പെന്തിന്? സാമർത്ഥ്യമെന്തിന്? അപ്പോഴേയ്ക്കപ്പോൾ താങ്ങിയും തൂക്കിയും ഉയർത്തിവിടാൻ വൻപുള്ളികൾ പിൻബലമായിട്ടുണ്ടോ? അതുതന്നെയാണ് പ്രഥമവും പ്രധാനവുമായ കാര്യം എന്നു ഞാൻ ഇപ്പോൾ അറിയുന്നു.

അതേ ഞാൻ ഇതറിഞ്ഞിരുന്നെങ്കിൽ?

അതുകൊണ്ട് എനിക്കെന്തുപ്രയോജനം? എനിക്കാരുമില്ലല്ലോ. സർക്കാരിൽ സ്വാധീനമുള്ള ആളാണോ എന്റെ അച്ഛൻ? അല്ല...ഒരു സാധാരണപൗരൻ! അതുമാത്രമാണ് എനിക്കുള്ള ഒരേയൊരു കുറവ്. എന്നാൽ ആ ഒരൊറ്റകാര്യം മാത്രമാണല്ലോ തികഞ്ഞിരിക്കേണ്ടത്!

ഡെസ്പാച്ച്ക്ലാർക്ക് മഹേശ്വരി എന്നെനോക്കി ചിരിക്കുന്നു. “വളരെ അർജന്റ് ഉടനെ എക്സ്പ്രസ് ഡെലിവറിയായി അയച്ചേക്കണം.” ഞാൻ മൊഴിയുന്നു.

“ഇതാ നോക്കണം, ഈ കെട്ടിലിരിക്കുന്ന ലെറ്റർ മുഴുവനും ഇന്നുതന്നെ അയച്ചേതീരൂ. ഇന്നുവന്നതൊക്കെ അർജന്റുതന്നെ.” അവർ കെറുവോടെ ഫയൽ വാങ്ങി ഡെസ്പാച്ച് രജിസ്റ്ററിൽ നമ്പർ എഴുതി ഓഫീസ് കോപ്പിയിൽ ഡേറ്റുമിട്ട് തിരിച്ചുതരുന്നു. ലെറ്റർ കവറുമിട്ട് ഒട്ടിക്കുന്നതിനിടയിൽ അവർ പായിച്ച നോട്ടത്തിൽ കളിയാക്കലാണോ അനുകമ്പയാണോ അധികരിച്ചുനിന്നത് എന്നത് ആലോചിച്ചുകൊണ്ടുതന്നെ ഞാൻ പടികയറുന്നു.

ആദ്യമന്ത്രിസഭ ആറുമാസംചെന്നിട്ട് വിശ്വാസവോട്ടെടുപ്പിൽ പരാജയപ്പെട്ടതിനെത്തുടർന്ന് നിയമസഭ പിരിച്ചുവിടപ്പെട്ടു. എന്നാൽ അവിടെയും ഭാഗ്യം തമ്പിയുടെ ഭാഗത്തുതന്നെ. നാലുമാസത്തിനുശേഷം നടക്കുന്ന തെരഞ്ഞെടുപ്പിനെത്തുടർന്ന് പുതിയ മന്ത്രിസഭ രൂപീകരിക്കപ്പെടുന്നതുവരെ അങ്ങേരുടെ മന്ത്രിസഭ ഇടക്കാലഭരണത്തിൽ തുടർന്നു. ആ ഇടക്കാലതെരഞ്ഞെടുപ്പിൽ തമ്പി കോൺഗ്രസ് സ്ഥാനാർഥിയായി നിന്ന് ഏറെ വോട്ടുകൾ നേടി വിജയിച്ചു. എന്നാൽ നൂറ്റിയിരുപത്തിയെട്ടു സ്ഥാനങ്ങളുണ്ടായിരുന്ന നിയമസഭയിൽ ആർക്കും ഭരണത്തിനുള്ള ഭൂരിപക്ഷം കിട്ടിയില്ല. പത്തൊമ്പതു അംഗങ്ങളുള്ള പ്രജാസോഷ്യലിസ്റ്റുപാർട്ടി രൂപീകരിക്കുന്ന മന്ത്രിസഭയ്ക്കു പിന്തുണ നൽകാൻ കോൺഗ്രസ് തീരുമാനിച്ചമാത്രയിൽ രാഷ്ട്രീയലോകത്തിൽ ഒരു അത്ഭുതം സംഭവിച്ചു...

ഒരു കാലത്ത് കോൺഗ്രസിനെ ഉന്മൂലനംചെയ്യാൻ പാടുപെട്ടിരുന്നിട്ടും പിന്നീട് കോൺഗ്രസ്ത്യാഗി, മഹാനായ നേതാവ് എന്നെല്ലാം പ്രസിദ്ധനായ ശ്രീമാൻ കൊട്ടാരത്തിൽ തമ്പി ഒരു സുപ്രഭാതത്തിൽ പ്രജാസോഷ്യലിസ്റ്റ് ആയി!

“പരിവർത്തനോൻമുഖമായ വിജ്ഞാനത്തിന്റെ ലോകമാണിത്!.... ഇന്നലെവരെ നാം വിശ്വസിച്ചിരുന്ന താത്വിക ഭണ്ഡാരങ്ങൾ-സിദ്ധാന്ത

ഗോപുരങ്ങൾ–ഇന്നു നിലംപരിശാവുന്നു. ഒരുകാലത്ത് മുറുകെപ്പിടിച്ചിരുന്നു എന്ന ഒരേ കാരണത്താൽ, തെറ്റാണെന്നറിഞ്ഞിട്ടും ബോധവാനാകാതെ, ആതേ ജടിലവിശ്വാസത്തിൽത്തന്നെ ഉടുമ്പിനെപ്പോലെ മുറുകിപ്പിടിച്ചുകൊണ്ട്, സ്വയം വഞ്ചിതനായി, പരിണാമപക്വനായ മനുഷ്യൻ തൂങ്ങിക്കൂടുന്നതു തീർച്ചയായും പിന്നോട്ടുപോകലാണ്..."

എന്നൊക്കെ പത്രപ്രതിനിധികളോടും, തന്നെ കാണാൻചെന്ന മറ്റെല്ലാവരോടും ചമൽക്കാരപൂർവം സംസാരിച്ച് സ്വയം ന്യായീകരിച്ചപ്പോൾ ജനങ്ങൾ അമ്പരന്നുപോയി! അധികമെന്തിന്? അടുത്തമാസം രൂപീകരിക്കപ്പെട്ട പി എസ് പി മന്ത്രിസഭയിൽ തമ്പിക്കും സ്ഥാനം ഉണ്ടായിരുന്നു. ലോകത്ത് ഭരിക്കാൻ ജനിച്ചവരും ഉണ്ട്. ഭരിക്കപ്പെടാൻ ജനിച്ചവരും ഉണ്ട്. ഇതിൽ ആദ്യത്തേതിൽപ്പെട്ടയാളാണല്ലോ തമ്പിയദ്ദേഹം!

ഈ വാഴ്ചക്കാലത്തുതന്നെയാണ് ചന്ദ്രശേഖർ ഹെഡ് ക്ലാർക്ക് ആയി പ്രമോട്ടുചെയ്യപ്പെട്ടതും!

അങ്ങേരുടെ ഒരു സഹോദരന് ഒരു മണൽക്കമ്പനിക്കുള്ള ലൈസൻസ് നൽകപ്പെട്ടു. ആ മന്ത്രിസഭ ഭരിച്ചുകൊണ്ടിരുന്ന അതേ വർഷം ഒടുവിലായി കന്യാകുമാരി ജില്ലാപ്രദേശം തമിഴ്നാട്ടിൽ ചേർക്കാൻ ആരംഭിക്കപ്പെട്ട പ്രക്ഷോഭണം അടിച്ചമർത്താൻ പുതുക്കടയിലും കുഴിത്തുറയിലും നടന്നവെടിവയ്പ്പ്, മറ്റും പല കുഴപ്പങ്ങൾ....നാട്ടിൽ പൊതുവേ ഒരു അസ്വസ്ഥത...!

ഒടുവിൽ, അധികാരത്തിലേറി പതിനൊന്നാം മാസത്തിൽ ഈ മന്ത്രിസഭയും നിലംപതിച്ച അവസരത്തിൽ, നാൽപത്തിയഞ്ചു അംഗങ്ങൾമാത്രമുള്ള കോൺഗ്രസ്, തമിഴ്നാടുകോൺഗ്രസിലെ പന്ത്രണ്ടുപേരുടെയും മൂന്നുസ്വതന്ത്രരുടെയും സഹായത്തോടെ മന്ത്രിസഭ രൂപീകരിച്ചപ്പോൾ തമ്പിക്ക് അതെങ്ങനെ സഹിക്കാൻകഴിയും?

താനില്ലാതെ ഒരു മന്ത്രിസഭയോ? സ്വാതന്ത്ര്യം കിട്ടിയതിനുശേഷം തിരുക്കൊച്ചിയുടെ ചരിത്രത്തിൽ ഇപ്പോൾ നടാടെയാണ്!

തമ്പി ഉഷാറായി. അങ്ങേരെപ്പോലെ വേറെ ചിലരുംകൂടെ ഉഷാറായി. ഫലമോ? ഭരണകക്ഷിയിൽ കലഹം, അടുത്തമാസംതന്നെ മന്ത്രിസഭയുടെ പതനവും. രാഷ്ട്രപതിഭരണം നടപ്പിലുമായി.

ഇതിനിടയിൽ രൂപീകരിക്കപ്പെട്ട ഭാഷാസംസ്ഥാനകമ്മീഷന്റെ ശുപാർശപ്രകാരം ആയിരത്തിത്തൊള്ളായിരത്തി അമ്പത്തിആറ് നവംബർ ഒന്നാംതീയതി, തമിഴ്നാട്ടിലേക്കു ചേർക്കപ്പെട്ട അഞ്ചുതാലൂക്കുകളൊഴിച്ച് ബാക്കി തിരുക്കൊച്ചിയും മലബാറും കാസർഗോഡും ചേർത്ത് കേരളസംസ്ഥാനം രൂപീകരിക്കപ്പെട്ടു. അപ്പോൾ നിയമസഭ നിലവിലില്ലാതിരുന്നതിനാൽ കേരളസംസ്ഥാനത്ത് രാഷ്ട്രപതിഭരണം നീട്ടുകയുണ്ടായി.

മണി 12:40

സെക്ഷനിൽ എന്റെ സീറ്റിൽ വന്നിരിക്കുന്നു. തിടുക്കത്തിൽ കോണിപ്പടി കയറിയിറങ്ങി അങ്ങോട്ടുമിങ്ങോട്ടും നടന്നതിനാൽ ശ്വാസം മുട്ടുന്നു. ഫാനിന്റെ കാറ്റിൽ വിയർപ്പുവറ്റുന്നു.

ടെലഫോൺ കിണുകിണുക്കുന്നു.

"രവീന്ദ്രൻ?"

"യെസ് സാർ..."

"അയച്ചോ?"

"യെസ് സാർ"

"സാ മട്ടിലിരിക്കാതെ. ആ ഡീറ്റയിൽഡ് ഓർഡർ ഉടനേ എഴുതിക്കൊണ്ടുവരൂ."

"ശരി."

ടക്.

അട പാവീ! ഡീറ്റെയിൽഡ് ഓർഡർ എന്നുപറഞ്ഞാൽ കുറഞ്ഞത് മുപ്പതുപേജ് എഴുതേണ്ടിവരും. ഉടനേ വേണംപോലും. വരുന്നപോലെ വരട്ടെ.

കടലാസെടുത്ത്, യന്ത്രംപോലെ എഴുതാൻ തുടങ്ങുന്നു.

വന്നപ്പോ തൊട്ട് ഇതുവരെ ശ്വാസംവിടാൻ സമയം തന്നില്ല. എന്നാൽ എന്റെ ആത്മബലത്തെ സ്തംഭിപ്പിക്കാൻമാത്രം ചന്ദ്രശേഖറിനു ശക്തി ഇല്ലല്ലോ.

ഞാൻ വെറും ഒരു ലോവർ ഡിവിഷൻ ക്ലാർക്ക് ആയി ഫയലുകളോടു മല്ലടിച്ചുകൊണ്ടിരിക്കുമ്പോൾ ചന്ദ്രശേഖർ ജൂനിയർ സൂപ്രണ്ട് ആയി. വെറുതേ സംഭവിച്ചതല്ല.

കേരളസംസ്ഥാനം രൂപീകരിക്കപ്പെട്ടശേഷം നടന്ന തെരഞ്ഞെടുപ്പിൽ, മൊത്തം നൂറ്റിപ്പതിനേഴു സ്ഥാനങ്ങൾ ഉണ്ടായിരുന്ന നിയമസഭ

യിൽ അറുപതുകിട്ടിയ കമ്യൂണിസ്റ്റുപാർട്ടി അഞ്ചുസ്വതന്ത്രരുടെ സഹായത്തോടുകൂടി ആയിരത്തിത്തൊള്ളായിരത്തി അമ്പത്തിഏഴ് ഏപ്രിൽ അഞ്ചാം തീയതി മന്ത്രിസഭ രൂപീകരിച്ചു.

കോൺഗ്രസിനു നാൽപത്തിമൂന്നു സ്ഥാനങ്ങളുണ്ടായിരുന്നെങ്കിലും തമ്പിയുടെ പി എസ് പി യിൽ അങ്ങേരുൾപ്പെടെ ഒമ്പതു എം എൽ എ മാർ മാത്രമാണുണ്ടായിരുന്നത്. താനില്ലാതെ ഒരു മന്ത്രിസഭയും നിലനിൽക്കാൻ തമ്പി അനുവദിച്ചിരുന്നില്ല എന്നത് എല്ലാർക്കും അറിവുള്ളതാണല്ലോ. അതിനുയോജിച്ചപോലെ 'വിമോചനസമര'വും! അതിൽ അങ്ങേർക്കും മുഖ്യപങ്ക് ഉണ്ടായിരുന്നു. കമ്യൂണിസ്റ്റുമന്ത്രിസഭ അധികാരമേറ്റ് ഇരുപത്തൊമ്പതാമത്തെമാസത്തിൽ രാഷ്ട്രപതി അതു പിരിച്ചുവിട്ടിട്ട് വീണ്ടും സ്വന്തംഭരണം ഏർപ്പെടുത്തി. ആറുമാസത്തിനുശേഷം നടന്ന തെരഞ്ഞെടുപ്പിലും തമ്പിക്കു ഭാഗ്യംതന്നെ! കമ്യൂണിസ്റ്റുപാർട്ടിയൊഴിച്ചു മറ്റുപാർട്ടികൾ-കോൺഗ്രസ്, മുസ്ലീംലീഗ്, പ്രജാസോഷ്യലിസ്റ്റ്പാർട്ടി ഇവയൊന്നിച്ചു തെരഞ്ഞെടുപ്പിൽ മത്സരിച്ച് ഭൂരിപക്ഷം കരസ്ഥമാക്കിയതിനാൽ ഉണ്ടായ കൂട്ടുമന്ത്രിസഭയിൽ തമ്പിക്കു സ്ഥാനമില്ലാതിരിക്കുമോ? കിട്ടുന്ന സമയം പാഴാക്കാതെ, പലരുടെയും സീനിയോറിട്ടിയെ അവഗണിച്ച് ചന്ദ്രശേഖറെ സീനിയർ സൂപ്രണ്ടാക്കി. പിന്നീട്... പിന്നീടെന്താ, പതിവുപോലെ, ബന്ധുക്കളുടെ പേരിൽ ചില ക്വോട്ടാകൾ, പെർമിറ്റുകൾ....

ഇതിനിടയിൽ തമ്പിയുടെ ആഗ്രഹത്തിനു വിപരീതമായി കൂട്ടുകക്ഷിഭരണത്തിൽനിന്ന് വേർപിരിയാൻ പി എസ് പി തീരുമാനമെടുത്തു. ഈ അവസരത്തിൽത്തന്നെ ആ പാർട്ടിയിൽനിന്ന് എസ് എസ് പിയും വേറിട്ടുണ്ടായി. കമ്യൂണിസ്റ്റുപാർട്ടിയാകട്ടെ രണ്ടായി പിരിയുകയും ചെയ്തു.

നിയമസഭയിൽ അവിശ്വാസപ്രമേയം വന്നപ്പോൾ കോൺഗ്രസ് പാർട്ടിയിൽനിന്ന് പതിനഞ്ചുപേർ പ്രതിപക്ഷ കക്ഷികളോടു ചേർന്ന് കോൺഗ്രസിനെതിരായി വോട്ടുചെയ്തതിനാൽ നിശ്ചിതകാലം പൂർത്തിയാകുന്നതിനുമുമ്പുതന്നെ ആ നിയമസഭയും പിരിച്ചുവിടപ്പെട്ടു. വീണ്ടും രാഷ്ട്രപതിഭരണം.

പാവം തമ്പി! വീണ്ടും സാധാരണപൗരൻ. എന്നാലും അങ്ങേരുടെ കമ്പനികളും മറ്റുസ്ഥാപനങ്ങളും ആർഭാടത്തോടെ ഓടിക്കൊണ്ടിരുന്നു. ചന്ദ്രശേഖറുടെ ഉയർന്ന പദവിയും സംരക്ഷിക്കപ്പെട്ടിരുന്നു. തമ്പിയുടെ സ്വാധീനത്തിനും കുറവുസംഭവിച്ചില്ല.

എന്നാൽ എനിക്ക് ന്യായമായി കിട്ടേണ്ടിയിരുന്ന ഹെഡ്ക്ലാർക്ക് പദവിയിലേക്കുള്ള പ്രൊമോഷൻ എത്രത്തോളം കാലതാമസം വരുന്നുവോ അത്രയും കഴിഞ്ഞശേഷം അവസാനമാണ് കിട്ടിയത്. ചന്ദ്രശേഖറുടെ വളർച്ച അതോടെ നിൽക്കുകയാണോ ചെയ്തത്?

വീണ്ടും അടുത്തവർഷം തെരഞ്ഞെടുപ്പുണ്ടായി. എല്ലാ പാർട്ടികളും ഭിന്നിച്ച്, ഒറ്റയ്ക്കൊറ്റയ്ക്കു മത്സരിച്ച് അവസാനം ഒരു കക്ഷിക്കും മന്ത്രിസഭ രൂപീകരിക്കുന്നതിന് ആവശ്യമായ ഭൂരിപക്ഷം ലഭിക്കാത്തതിനാൽ

വീണ്ടും രാഷ്ട്രപതിഭരണം നടപ്പിലായി. എങ്കിലും, അതിനടുത്തവർഷം, ആയിരത്തിത്തൊള്ളായിരത്തി അറുപത്തിഏഴിൽ നടന്ന പൊതുതെരഞ്ഞെടുപ്പിനകം, അതുവരെയുള്ള തന്റെ രാഷ്ട്രീയ മഹാജീവിതംകൊണ്ട് താൻ നേടിയ സ്വാധീനത്തെ സമർത്ഥമായി ഉപയോഗിച്ച്, 'പർച്ചേസ് ഓഫീസർ' സ്ഥാനത്തേക്കു തന്റെ മകനെ ഉയർത്തിയശേഷംമാത്രമേ രാഷ്ട്രീയജീവിതത്തിൽനിന്നും തമ്പി പിൻവാങ്ങിയുള്ളു! ആരോഗ്യം അനുവദിച്ചിരുന്നെങ്കിൽ മാറിനിൽക്കുമായിരുന്നില്ല; വീണ്ടും ഒരു കൈ നോക്കിയേനേ! അതില്ലെങ്കിൽത്തന്നെയെന്ത്? ജീവിതത്തിൽ എല്ലാം തൃപ്തി അടഞ്ഞില്ലേ? പരീക്ഷയിൽ മത്സരിച്ചിരുന്നെങ്കിൽ, സാമർത്ഥ്യം, പഠിപ്പ്, ഇവ വച്ചുനോക്കിയാൽ, ഒരു ലോവർഡിവിഷൻ ക്ലാർക്കിന്റെ പണിക്കുകൂടെ പറ്റാത്ത മകൻ ചന്ദ്രശേഖറെ ഗസറ്റഡ് റാങ്കിൽ പ്രതിഷ്ഠിച്ചില്ലേ? ചന്ദ്രശേഖറുടെ ജ്യേഷ്ഠനൊരാൾ സെക്രട്ടറിയേറ്റിൽ സെക്രട്ടറിയാണ്. അനുജത്തി ലളിതാഭായി തങ്കച്ചി വിമൻസ്കോളേജിലെ പ്രൊഫസറും, ഭാര്യയുടെയും മറ്റുചില ബന്ധുക്കളുടെയും പേരിൽ ചില കമ്പനികൾ. ചില പ്രത്യേക റൂട്ടിൽ ബസ്സർവീസ് പെർമിറ്റ്. ഇതിനും പുറമേ തേയില, റബ്ബർ തോട്ടങ്ങൾ. മുപ്പതുവർഷത്തെ രാഷ്ട്രീയജീവിതത്തിൽ ഇതിനുമുപരി എന്താണ് ഒരു മനുഷ്യൻ സാധിക്കേണ്ടത്?

കിണിയെന്നു ഫോൺ മുഴങ്ങുന്നു.

"യെസ് സാർ....."

"ഇങ്ങുവരൂ......"

....ഓടുന്നു....

"ഡീറ്റയിൽഡ് ഓർഡർ എന്തായി?"

"എഴുതിക്കൊണ്ടിരിക്കുന്നു സാർ."

"ഇതാ ഇവർക്കു കഴിഞ്ഞ ഓർഡറിൽ ഏതോ കുറച്ചുരൂപ പെൻഡിംഗ് ഉണ്ടെന്നു തോന്നുന്നു. ഉടനേ സാങ്ഷൻ ചെയ്തേക്ക്..." മനഃപൂർവം വരുത്തിയ ഉദാസീനഭാവത്തോടെ ഒരു ലെറ്റർ എന്റെ കയ്യിൽ തരുന്നു.

"എക്സലന്റ് എന്റർപ്രനേഴ്സിന്റെ ലെറ്റർ ആണത്. സെയിൽസ് ടാക്സ് ഇനത്തിൽ അവർക്ക് അമ്പതിനായിരം രൂപ കൊടുക്കണമെന്ന്."

"സാർ നമ്മുടെ ഓർഡറിൽ ടാക്സ് ഉൾപ്പെടെ എന്ന് പ്രത്യേകം എടുത്തുപറഞ്ഞിരുന്നു. അപ്പോഴെതിരൊന്നും അവർ പറഞ്ഞില്ലല്ലോ!"

"അതുകൊണ്ട്? അവർതന്ന ടെണ്ടറിൽ ടാക്സ് പ്രത്യേകം എന്നു പറഞ്ഞിരുന്നതായി ഈ കത്തിൽ പറയുന്നുണ്ട്. അല്ലേ?" സ്വരങ്ങളായി ചിതറുന്നത് അമർഷം.

"അങ്ങനെയാണെങ്കിൽ ചീപ്പസ്റ്റ് ഓഫർ എന്ന് നമ്മൾ ആ ഓർഡർ അവർക്കുകൊടുക്കാനും പറ്റുകയില്ലല്ലോ. അതുകൊണ്ടാണ് സെയിൽസ് ടാക്സ് ഉൾപ്പെടെ എന്ന് നമ്മുടെ ഓർഡറിൽ ചൂണ്ടിക്കാണിച്ചിരുന്നത്. നമ്മുടെ വ്യവസ്ഥകൾ സ്വീകാര്യമാണോ എന്നും ചോദിച്ചിരുന്നു. എന്നാൽ സമ്മതമില്ല എന്ന് അവർ അപ്പോൾ പറഞ്ഞതേ ഇല്ലല്ലോ!" ഞാൻ അൽപ്പം അധികപ്പറ്റായി പറയുന്നുണ്ടോ? ഇല്ലാത്തതല്ലല്ലോ പറയുന്നത്.

"രവീന്ദ്രാ.....! മൂർച്ചയേറിയ തടസ്സപ്പെടുത്തൽ.

ഞാൻ നിർത്തുന്നു.

കണ്ണുകളിൽ കോപത്തിന്റെ കുമിളകൾ.

"യു മസ്റ്റ് ഒബേ മീ. ഐ ആം യുവർ ഓഫീസർ. മനസ്സിലായോ? ഉം...ഉച്ചയ്ക്ക് ലെറ്റർ റെഡിയായിരിക്കണം. പറഞ്ഞിരിക്കുന്നു." അങ്ങേർ എണീക്കുന്നു. ഞാൻ മിണ്ടാതെ നിൽക്കുന്നു.

അതിനിടയ്ക്ക് ഉച്ചയ്ക്കുള്ള ഇടവേള ആയിക്കഴിഞ്ഞോ?

മണി 1:00

കാന്റീനിൽ പതിവുപോലെ തിക്കുംതിരക്കും.ഓഫീസ് ജീവനക്കാരെല്ലാവരും വർത്തമാനംപറഞ്ഞു ചിരിച്ചുകൊണ്ട് ആഹാരം കഴിക്കുന്നു. എനിക്കൊന്നിനും കഴിയുന്നില്ല. ഇലയ്ക്കുമുന്നിലിരുന്നു ചോറുകൊറിച്ചുകൊണ്ടിരിക്കുന്നു. പലതരം കറികളുടെ ഗന്ധവൈവിധ്യംമാത്രം അറിയുന്നു......

ഛേ.....എന്തൊരു ജീവിതം ഇത്? ഈ ചന്ദ്രശേഖറുടെ കീഴിലായതിനുശേഷം ഇതുവരെ അങ്ങേർക്കുവേണ്ടി എന്തെല്ലാം വഞ്ചനകൾ ചെയ്തു?

സർക്കാരിനെ വഞ്ചിച്ചു എന്നു പറയുന്നതിനേക്കാൾ ജനങ്ങളെ എന്നുപറയുന്നതാവും ഒന്നുകൂടെ ശരി. അവരുടെ നികുതിയാണല്ലോ ഈ കൃത്രിമങ്ങളിലൂടെ അപഹരിക്കപ്പെടുന്നത്. ആർക്കാണ് ഇതുകൊണ്ടു ലാഭം?

ജെ ആൻഡ് ജെ കമ്പനി, എക്സലന്റ് എന്റർപ്രനേഴ്സ് ഇത്യാദി സ്ഥാപനങ്ങളുടെ എക്സിക്യൂട്ടീവുകൾക്ക്?

പിന്നെ ചന്ദ്രശേഖറിനും.

നഷ്ടം?

ജനങ്ങൾക്ക്.

എനിക്കു ലാഭമോ? നഷ്ടമോ?

രണ്ടും ഇല്ല.

അങ്ങനെ പറയാമോ?

കാൽക്കാശിനു ലാഭമില്ലെന്നുവേണമെങ്കിൽ തറപ്പിച്ചുപറയാം. എന്നാൽ നഷ്ടം?

എങ്ങനെ നഷ്ടം? ഞാനും നികുതികൊടുക്കുന്നുണ്ട്. ഈ പട്ടി

ണിനാട്ടിലെ എല്ലാ ആളുകളും നികുതി കൊടുക്കുന്നുണ്ട്. അതാണല്ലോ ഇവിടെ തട്ടിയെടുക്കുന്നത്! ഇതിനു ചന്ദ്രശേഖറിന്റെ സഹായിയാണല്ലോ ഞാൻ!

അങ്ങനെ പറയാൻ പറ്റുമോ? ഞാൻ വെറും ഒരു ഗുമസ്തൻ. ഞാൻ ഇല്ലെങ്കിൽ മറ്റൊരുത്തൻ. എന്റെ തനതായ ന്യായാന്യായ വിവേചനത്തിനോ ധർമനിഷ്ഠയ്ക്കോ ഇവിടെ സ്ഥാനമുണ്ടോ?

ഒരു ഗുമസ്തനെന്നാൽ കുങ്കുമം ചുമക്കുന്ന കഴുത...അത്രമാത്രമേയുള്ളോ?

മേലധികാരി ഇടുന്ന ഉത്തരവുകളെ, യന്ത്രംപോലെ അന്ധമായി അനുസരിക്കുന്നതൊഴികെ, അവന്റെ സ്വന്തം ചിന്തകൾക്ക് അവിടെ സ്ഥാനം ഇല്ലേ? അൽപ്പംമുമ്പ് അതാണല്ലോ അങ്ങേർ ചൂണ്ടിക്കാട്ടിയത്.

ന്യായമോ അന്യായമോ ദ്രോഹമോ ത്യാഗമോ അനുസരിക്കുക, അങ്ങേർ പറയുന്നതുപോലെ എഴുതുക എന്നതുമാത്രമാണല്ലോ എന്റെ ജോലി!

ഇത്രയും നാളുകളായി അങ്ങേരുടെ പാപപ്രവൃത്തികൾക്കൊക്കെ ഞാൻ കൂട്ടുനിൽക്കുന്നുണ്ടല്ലോ. ഒരു ദിവസമെങ്കിലും, ഒരേ ഒരു പ്രാവശ്യമെങ്കിലും അങ്ങേരെ എതിർത്തു സംസാരിച്ചിട്ടോ, ഇല്ലെങ്കിൽ ന്യായമായ രീതിയിൽ ഡ്രാഫ്റ്റ് എഴുതിയിട്ടോ എന്റെ ധാർമികരോഷം കാട്ടാൻ എനിക്കുകഴിഞ്ഞിട്ടുണ്ടോ? സർക്കാർസർവീസിൽ അങ്ങനെയാരെങ്കിലും ചെയ്തിട്ടുണ്ടോ? സർവീസിന്റെ ഇന്നത്തെ പ്രവർത്തനരീതിയിൽ അങ്ങനെയാവാൻ പറ്റുമോ?

ബുദ്ധിയാകെ കുഴങ്ങുന്നു.

ഇല മടക്കിയിട്ടു ഞാൻ എണീക്കുന്നു. എന്നിൽ പതിക്കുന്ന എല്ലാവരുടെ ദൃഷ്ടികളിലും വിസ്മയം.

"എന്തുപറ്റി രവീന്ദ്രാ? സാമ്പാറിനു മുമ്പുതന്നെ എണീറ്റല്ലോ?"

"ദേഹസുഖമില്ലേ?"

ആരുടെയോ ഒക്കെ ചോദ്യങ്ങൾ. മിണ്ടാതെ കൈകഴുകിയിട്ടു പുറത്തേക്കുപോവുന്നു. സിഗരറ്റുകത്തിച്ചുകൊണ്ടു നടക്കുന്നു.

ഇങ്ങേർക്കുവേണ്ടി ഇനിയും എത്രകാലം ഞാൻ ഈ പാപകർമങ്ങളൊക്കെ ചെയ്തുകൊണ്ടിരിക്കണം? മേലധികാരിയുടെ ഉത്തരവ് ന്യായമോ അന്യായമോ ആകട്ടെ, അതു ധിക്കരിക്കുന്നതു സർക്കാർ സർവീസിൽ അനുവദനീയമാണോ?

അല്ല. അപ്പോൾ......?

മിണ്ടാതെ, ജോലി രാജിവച്ചിട്ട് നേരും നെറിയും മാത്രം വാഴുന്ന ധർമപുരിയെ ലാക്കാക്കി പോകണം!

ആ ധർമപുരി എവിടെ?

അങ്ങനെ പരിപൂർണ ഉത്തമനായി കഴിയാൻ ആരാൽ സാധിക്കും?

ശരി, അതൊക്കെ എങ്ങനെയും പോകട്ടെ, ഈ ജീവിതത്തിൽ

എനിക്ക് എന്തു സമൃദ്ധിയാണ് ഉള്ളത്? വെറും ശമ്പളംകൊണ്ടു ജീവിക്കുന്നതിനാൽ സുലോ, മൂന്നുകുട്ടികൾ ഇവരെയും ദാരിദ്ര്യത്തിൽ ഇട്ടു വലയ്ക്കുന്ന പാപവും ഞാൻ ചുമക്കുന്നു. ഈ ശമ്പളംകൂടെ ഇല്ലാതിരുന്നെങ്കിലോ? ചന്ദ്രശേഖറുടെ വക്രത നിറഞ്ഞ ഉത്തരവുകളെ അനുസരിക്കാൻ കൂട്ടാക്കാത്ത എന്റെ മനഃസാക്ഷിയെ തൃപ്തിപ്പെടുത്താനായി ഈ ഉദ്യോഗവും രാജിവച്ച് ഈ ശമ്പളവും ഹോമിച്ചുകളഞ്ഞാലോ? കുടുംബത്തിന്റെ ഗതിയെന്താവും?

അതിന്?

വെങ്ങാനൂരിൽ അനിയന്റെകൂടെ കഴിഞ്ഞുപോവുന്ന വയസ്സായ അച്ഛനെയും അമ്മയെയും ഞാൻ ഓർക്കുന്നു.

അമ്മേ....അച്ഛാ....

അന്യന്റെ വക ആശിക്കരുത്!

കാശിനുവേണ്ടി മനഃസാക്ഷിയെ ഒരിക്കലും പണയം വയ്ക്കരുത്!

നേരും നെറിയും മറക്കരുത് ആ ന്യായംകെട്ടവന്റെ കൂട്ടുകൂടരുത്!

ഇങ്ങനെയെല്ലാം തത്തമ്മയ്ക്കുപറഞ്ഞുകൊടുക്കുന്നതുപോലെ കുഞ്ഞുന്നാൾമുതലേ ഉപദേശിച്ചുതന്ന അച്ഛനും അമ്മയും ഇതറിഞ്ഞാൽ?

അവർക്കു എഴുത്തറിയില്ല. നഗരത്തിന്റെ വക്രതകളും നേരിട്ടറിയില്ല. പാടത്തുപണിയെടുക്കാൻമാത്രം അറിയുന്ന കൃഷിക്കാർ. തന്റെ മകൻ നേരും നെറിയും തെറ്റാതെ നടക്കുന്നു എന്നതിൽമാത്രം അഭിമാനംകൊള്ളാൻ അറിയാം. അല്ലാതെ ഞാനൊരു സർക്കാർ ഉദ്യോഗസ്ഥൻ എന്നതിലോ, കുറുക്കുവഴിയിൽ സമ്പാദിക്കുവാൻ അറിയുന്നവർ എന്നതിലോ അല്ല. അത് അവരെക്കുറിച്ചു നല്ലവണ്ണമറിയാവുന്ന എനിക്കു ഇടിമിന്നലേറ്റതുപോലെയാവുന്നു....

അങ്ങനെയാണെങ്കിൽ ഇനി എന്തുവഴി?

സഹിക്കാൻവയ്യ. ഇയാളുടെ അന്യായങ്ങൾക്ക് ഇനി ഒരു നിമിഷം പോലും കൂട്ടുനിൽക്കാൻ വയ്യ. അടങ്ങിയൊതുങ്ങി വന്നുവന്ന് അറ്റംവരെ എത്തി. ഇനി എതിർക്കുകയേ വഴിയുള്ളൂ. അടിമത്തത്തിന്റെ നീരാളിപ്പിടുത്തത്തിൽ ശ്വാസംമുട്ടിപ്പിടയ്ക്കുന്ന ആത്മാവ് മരണവെപ്രാളത്തിൽ കുതിച്ചുചാടാൻ വെമ്പുകയാണോ?

ഇന്നുരാവിലെ പത്തേകാൽ മുതൽ മൂന്നുമണിക്കൂറിനകം എത്രയെത്ര അന്യായങ്ങൾക്കു ഞാൻ കൂട്ടുനിന്നു? പതിവുചടങ്ങുതന്നെയാണല്ലോ ഇത്! അതിനായിട്ടു ഞാൻ രാജിവയ്ക്കാൻ പോവുന്നില്ല. നിന്നു പയറ്റാൻ തന്നെ പോവുകയാണ്. വരുന്നതുവരട്ടെ. അവിടെവച്ചു കാണാം. മേലധികാരി പറഞ്ഞാൽക്കൂടിയും, എനിക്കു ന്യായമെന്നു തോന്നാത്തതു ഇനി ഞാൻ ചെയ്യില്ല. അതുകൊണ്ടിനി എന്തൊക്കെത്തന്നെ വന്നാലും ശരി, സർവീസ്ബുക്കിലോ കോൺഫിഡൻഷ്യൽ റിക്കാർഡിലോ ഒക്കെ ചുവന്ന മഷി പ്രയോഗിക്കട്ടെ. സസ്പെൻഷനോ ഡിസ്മിസലോ ഉചി

തംപോലെ എന്തും ആവാം. ഭീരുവായി രാജിവച്ച് ഓടാൻ പോവുന്നില്ല, ഇതുവരെ കഴിഞ്ഞതുപോലെ, ആയിരക്കണക്കിനു ഫയലുകളോടൊപ്പം ജീവനറ്റ ഫയലായി ഇനി കഴിയാൻ വയ്യ. ഭീരുത്വത്തോടുകൂടിയ യാന്ത്രികജീവിതം ഇന്ന് ഒരു മണിയോടുകൂടി അവസാനിച്ചിരിക്കുന്നു.

നിയമാനുസൃതമുള്ള ജോലിമാത്രം.

ഞാനൊരു പുതിയ മനുഷ്യനാകട്ടെ.

ഭാഗം രണ്ട്

മണി 2:00

ഞാൻ സീറ്റിൽത്തന്നെ ഇരിക്കുകയാണ്. തല ഉയർത്തി ഒരു പ്രത്യേക സ്വാതന്ത്ര്യബോധത്തോടെ സഹപ്രവർത്തകരെ നോക്കുന്നു. ശർമയും ഉണ്ണിയും രഹസ്യമായെന്തോ പറയുന്നുണ്ട്. സുകുമാരക്കുറുപ്പ് ജോലിത്തിരക്കിൽ. നമ്പൂതിരിയും പിഷാരടിയും വാര്യരും എന്നെത്തന്നെ സൂക്ഷിച്ചുനോക്കുന്നു. മാത്യുവും ഉമ്മറും ഇനിയും വന്നിട്ടില്ല. രണ്ടുപേരും ബസ്സിൽ വീട്ടിൽചെന്നു ഉണ്ടിട്ടുവരുന്ന ഭാഗ്യവാൻമാർ.

ശരി, എന്തുജോലിയാണു ചെയ്യേണ്ടത്?

ജെ ആൻഡ് ജെ കമ്പനിക്കുള്ള ഡീറ്റയിൽഡ് ഓർഡറോ എക്സലന്റ് എന്റർപ്രനേഴ്സിനു വിൽപ്പനനികുതി അനുവദിക്കുന്ന ഓർഡറോ ഏതാണെഴുതേണ്ടത്?

ശരിക്കുനോക്കിയാൽ ഇതു രണ്ടുംതന്നെ അന്യായങ്ങളാണ്. രണ്ടും ഇപ്പൊ ചെയ്യേണ്ട ആവശ്യമില്ല.

ഉള്ളിന്റെയുള്ളിൽ ഒരു നിർഭയത്വം രൂപമെടുപ്പിക്കാൻ ഞാൻ പാടുപെടുന്നു. നല്ലപിള്ളയായിരുന്നിട്ടെന്തു പുണ്യം?

ടെലിഫോണിൽ കിണി കിണി.

"ആര്? രവീന്ദ്രനോ?"

"അതെ..."

"എഴുതിക്കഴിഞ്ഞോ?"

"എന്തോന്ന്?"

"അതുതന്നെ. എക്സലന്റ് എന്റർപ്രനേഴ്സിനുള്ള ലെറ്റർ" ശബ്ദത്തിൽ കോപം.

"ഇല്ല."

"എന്തുകൊണ്ട്?" തീവ്രമായ കോപം.

"സാർ പറഞ്ഞതുപോലെ എഴുതുന്നതു ശരിയാണെന്നെനിക്കുതോന്നുന്നില്ല." 'ശരിയാണ്, എനിക്ക്'.....

ഈ വാക്കുകൾക്കു ഊന്നൽ.

"എന്ത്?"

"അതെ."

ടക്.

ഒന്നും സംഭവിക്കാത്തതുപോലെ ഞാനും ഫോൺ വയ്ക്കുന്നു. ജോലികൾ നിറുത്തിവച്ച് കൂട്ടുകാർ ആശ്ചര്യത്തോടെ, ഭയത്തോടെ തുറിച്ചുനോക്കുന്നു. അവരെ നോക്കുന്ന എന്റെ ചുണ്ടുകളിൽ പുഞ്ചിരി. എന്നോടെന്തെങ്കിലും ചോദിക്കാൻപോലും ആർക്കും ധൈര്യമില്ലെന്നു തോന്നുന്നു. അപ്പോ, ഇത്രയേ ഉള്ളോ! മേലധികാരിക്കു മുമ്പിൽ ആവശ്യത്തിൽ കവിഞ്ഞു വിധേയത്വം കാണിക്കുന്നു എന്ന് അവഹേളിച്ചവരല്ലേ ഇവരെല്ലാം?

ശർമ എണീറ്റ് അരികിൽ വരുന്നു.

"എന്താ രവീന്ദ്രാ? ദേഹത്തിനു സുഖമില്ലേ?" അയാളുടെ കണ്ണുകളിൽ ആശ്ചര്യം.

"ഒന്നുമില്ല." ശാന്തമായി ചിരിക്കുന്നു.

പിന്നീട് എന്താണു പറയേണ്ടതെന്നറിയാതെ കുറെ നേരം എന്നെത്തന്നെ നോക്കിനിന്നിട്ട് അയാൾ തിരികെപ്പോയി സീറ്റിലിരിക്കുന്നു. കൃഷ്ണനുണ്ണിയെ അയാൾ അർഥംവച്ചു നോക്കുന്നതു ഞാൻ ഗൗനിക്കുന്നു.

നേരം നീങ്ങുകയാണ്.

എന്റെ ചുമതല ഞാൻ ചെയ്തേ തീരു.

'ഇൻവേഡ് പേപ്പേഴ്സ്' കെട്ടിൽനിന്ന് ഓരോന്നായി എടുത്ത് എനിക്കുശരി എന്നുതോന്നുന്ന ആക്ഷനുകൾ എടുത്തുകൊണ്ടിരിക്കുന്നു. കടലാസുകെട്ടിന്റെ ഭാരം ശരേന്നുകുറയുന്നു. ഇതിനിടയിൽ കുറഞ്ഞത് അമ്പതു പ്രാവശ്യം ശബ്ദിക്കുമായിരുന്ന ഫോൺ മൗനമായിരിക്കുന്നത് ആശ്വാസം....

"സാർ...."

തല ഉയർത്തിനോക്കുമ്പോൾ മുമ്പിൽ കാണുന്നതു പ്യൂൺ ശങ്കരനെ.

"ആപ്പീസറു വിളിക്കണു."

പരിചയത്തിന്റെ ദോഷം ചാടിയെണീറ്റുപോവുന്നു!

പെട്ടെന്ന് ഓർമ്മവരുന്നു. ഞാൻ വീണ്ടും കസേരയിൽത്തന്നെ!

"സാറെ, വളരെ അർജന്റെന്ന്. കൈയോടെ വിളിച്ചോണ്ടുവരാൻ പറഞ്ഞു."

പതിവില്ലാതെ ഗൗരവത്തോടെ, എന്തോ തേടിക്കണ്ടുപിടിക്കുന്നതുപോലെ എന്റെ മുഖത്തേക്കുനോക്കിക്കൊണ്ടു ശങ്കരൻ നിൽക്കുന്നു.

പോകണോ? അതോ വേണ്ടയോ?

അങ്ങേർക്കെന്തെങ്കിലും പറയാനുണ്ടെങ്കിൽ ഫോണിൽ പറയാമല്ലോ. ഫയലുകൾ കൊടുത്തയക്കാനും വാങ്ങാനും പ്യൂൺ ഉണ്ട്. ഉത്തരവു വല്ലതും ഉണ്ടെങ്കിൽ അതും എഴുതി അറിയിക്കാം. അതെ...

സർക്കാർകാര്യങ്ങൾ മുറപോലെ നടക്കാൻ എല്ലാം എഴുത്തുമുഖാന്തിരമായിട്ടാകട്ടെ. അതാണല്ലോ ചട്ടം. പിന്നെയെന്തിനു നേരിൽ കാണണം?

വരാൻ 'പറ്റില്ലെന്നു പറയാം.

ഛേ, അതു കിറുക്കാണ്, ഭീരുത്വവുമാണ്.

ഞങ്ങളുടെ പോർക്കളം അങ്ങേരുടെ മുറിതന്നെയാകട്ടെ. ഇവിടെയാണെങ്കിൽ മറ്റുള്ളവർ ഇടപെട്ടേയ്ക്കും. നേർക്കുനേർ നിന്ന് തമ്മിലൊരാൾ തറപറ്റുന്നതുവരെ പോരാടാൻ അങ്ങേരുടെ മുറിയാണല്ലോ നല്ലത്.

"ശരി, നീ പോ ഞാൻ പിറകെ വരാം."

ഭ്രാന്താശുപത്രിയിൽ കിടക്കുന്നവനെയെന്നോണം എന്നെ നോക്കിയിട്ട് ശങ്കരൻ പോവുന്നു.

അൽപ്പസമയംകൂടെ, മനഃപൂർവം ഞാൻ ഇരിക്കുന്നു. സഹപ്രവർത്തകരുടെ മന്ത്രിക്കലുകൾ. എന്റെ മുഖഭാവംകണ്ട് എന്നെ സമീപിക്കാൻ അവർക്കു ശങ്കയാണോ എന്തോ?

പത്തുമിനിറ്റായി.

ടപ്പെന്ന് നാടകശൈലിയിലുള്ള എണീക്കൽ.

പതിവിനു വിപരീതമായി, വേഗത്തിൽ തലനിവർത്ത് നേരെ നോക്കി ചന്ദ്രശേഖറുടെ റൂമിൽ എത്തുന്നു. ശങ്കരൻ കതകു തുറക്കുന്നു. ഞാൻ റൂമിലേക്കു കയറുന്നു.

കൈയിലിരിക്കുന്ന കത്തുനോക്കിക്കൊണ്ടിരിക്കുകയാണ് ചന്ദ്രശേഖർ. ഞാൻ മുന്നിൽനിൽക്കുന്നത് ഇനിയും അറിഞ്ഞിട്ടില്ലെന്നു നാട്യം. ഞാനും മൗനമുദ്രയിൽത്തന്നെ. എയർകണ്ടീഷനറുടെ ശബ്ദംമാത്രം... ബാക്കിയാകെ നിശ്ശബ്ദത. തണുപ്പ് നെഞ്ചിനു കുളിർമ നൽകുന്നു.

പെട്ടെന്നു തല ഉയർത്തിനോക്കുന്നു.

മുഖത്തു രൗദ്രം!

"എന്താണിതൊക്കെ?" ഒരു ഫയൽ വീശിയെറിയപ്പെടുന്നു.

എനിക്കും ക്ഷോഭം ഏറിവരികയാണ്. പക്ഷെ, ഞാൻ അതു കാണിച്ചാൽ പരാജയം എനിക്കുതന്നെ ആയിരിക്കും. അതുകൊണ്ട് പല്ലുകടിച്ച് അതടക്കുന്നു. അക്ഷോഭ്യനായ ഞാൻ അറിവോടെ സംസാരിക്കുന്നു എന്ന് അങ്ങേർക്കു തോന്നിക്കുന്നതിലാണ് എന്റെ വിജയം. ആ ബോധ്യം എന്റെ മുഖത്ത് ഒരു കൃത്രിമപ്പുഞ്ചിരി പാടുപെട്ടുവരുത്തുന്നു. കാര്യം നിസ്സാരമെന്ന ഭാവത്തിൽ ഞാൻ കൈനീട്ടി ഫയൽ എടുക്കുന്നു.

ഓഹോ, ഇത് ഇപ്പോഴാണോ ഇങ്ങേരുടെ അടുത്തുവന്നത്? ശരി, അതും നല്ലതുതന്നെ. എക്സ്പീരിയൻസുള്ള ക്ലാർക്കുമാരെ ഇന്ത്യയിൽനിന്നും, സാംബിയായിലേക്ക് ആവശ്യമുണ്ട് എന്നൊരുപരസ്യം കഴിഞ്ഞ പത്രത്തിൽകണ്ടു. സെലക്ട് ചെയ്താൽ കുറഞ്ഞത് ഇരുപത്തിയഞ്ചുവർഷം അവിടെ താമസിച്ചു ജോലിചെയ്യേണ്ടിവരുമെന്നും കുടുംബത്തോടെ അവിടെ ചെല്ലാൻവേണ്ട 'വിസ'മുതലായതു സാംബിയാ സർക്കാരുതന്നെ ശരിയാക്കിത്തരുമെന്നും മനസ്സിലായി. എങ്ങനെയെങ്കിലും ഈ നരകത്തിൽനിന്നും രക്ഷപ്പെടണമെന്നു കരുതിയി

രുന്ന ഞാൻ, വരുമ്പോലെ വരട്ടെന്നു കരുതി അപേക്ഷിക്കാൻ തീരുമാനിച്ചു, അഡ്വാൻസുകോപ്പി ദൽഹിക്കയക്കുകയും ചെയ്തു, ആപ്ലിക്കേഷന്റെ ഒർജിനൽ പ്രോപ്പർചാനലിൽ അയക്കാൻ ഹെഡ്ക്ലാർക്കിനെ ഏൽപ്പിച്ചതുമാണ്. അത് ഹെഡ്ക്ലാർക്ക്, ജൂനിയർസൂപ്രണ്ട്, സീനിയർസൂപ്രണ്ട് മുതലായ കുട്ടിദൈവങ്ങളെ കടന്ന് ഇപ്പോഴാണ് മൂപ്പരുടെ കൈയിൽ എത്തിയത് എന്നുതോന്നുന്നു. അതോ, നേരത്തേവന്ന അപേക്ഷയെ ഇത്രയുംദിവസം ഏതോ മൂലയിൽ പൂഴ്ത്തിവച്ചിട്ട് എന്നെ ഒതുക്കാൻ ഇതാണുതക്കമെന്നു കരുതി വിളിപ്പിച്ചതാണോ?

"ഇതാണോ? ഞാൻ വേറെന്തോ ആണെന്നു വിചാരിച്ചു." ഞാൻ ഫയൽ തിരിച്ചേൽപ്പിക്കുന്നു.

"ഇമ്മാതിരി ആപ്ലിക്കേഷൻസ് ഒന്നും ഫോർവേഡ്ചെയ്യാൻ പറ്റുകയില്ല."

"എന്തുകൊണ്ട്?"

ഇത്രനാളും ഇല്ലാത്ത ധൈര്യത്തോടെ, ദൃഷ്ടികൾ മുട്ടിച്ചുകൊണ്ട് ഞാൻ എതിരിടുമ്പോൾ അങ്ങേരുടെ മുഖത്തു ഒരു പതർച്ച! ഇത്രനാളും ഓടിക്കപ്പെട്ട നായതിരിഞ്ഞുകടിക്കുമോ എന്ന ഭയം!

ഒരു നിമിഷമേ ആ പതർച്ച കണ്ടുള്ളൂ. വീണ്ടും പിടിവാശിയും ക്ഷോഭവുമൊക്കെ അവിടെ വന്നടിഞ്ഞു.

"ഇതൊക്കെത്തന്നെയാണ് നിങ്ങടെ പതിവ്. എങ്ങനെയെങ്കിലും ഒരു ജോലി കിട്ടിയാൽമതിയെന്നുപറഞ്ഞ് ആദ്യമൊക്കെ ഓടിനടക്കും. കിട്ടിക്കഴിഞ്ഞാലോ, ഉടനേ വേറെ എവിടെയെങ്കിലും പോകണം. ബുദ്ധിമുട്ടി ജോലിചെയ്യാൻ ഇഷ്ടമില്ലാത്തവർക്ക് എവിടെപ്പോയാലും രക്ഷയില്ല. എ റോളിംഗ് സ്റ്റോൺ ഗാതേഴ്സ് നോ മാസ്... ഈ ആപ്ലിക്കേഷൻ ഫോർവേഡ്ചെയ്യാൻ എനിക്കു കഴിയുകയില്ല."

"സാർ..."

ഞാൻ തൊണ്ടയനക്കി ശരിയാക്കുന്നു.

"സാർ....ഞാൻ ജോലിക്കുവേണ്ടി അലഞ്ഞുതിരിഞ്ഞു എന്നതു സത്യം. എന്നാൽ ഈ ജോലി സാറിന്റെ സൗജന്യംകൊണ്ടു കിട്ടിയതല്ലല്ലോ! പിന്നെ ബുദ്ധിമുട്ടി ജോലിചെയ്യാൻ ഇഷ്ടമില്ലെന്നുപറഞ്ഞത്. സാറിനു തന്നെ ലജ്ജതോന്നുന്നില്ലേ എന്നെനോക്കിപ്പറയാൻ. ആശ്ചര്യംതന്നെ..."

"ഊം...എന്ത്?"

"സ്വൈര്യമായും സത്യസന്ധമായും ഇവിടെ കഴിയാൻ എന്നെ അനുവദിക്കുന്നില്ല. ശരി, പോട്ടെ, ഈ നരകത്തീന്നുവെളിയിൽചാടി വേറെയെവിടെയെങ്കിലും പോയി ശുദ്ധവായു ശ്വസിക്കാമെന്നു നോക്കിയാൽ അതിനും സമ്മതിക്കാതെ കുറുകേവന്നു വീഴാൻ സാറിനു എന്തു കാര്യം?"

എന്നിൽനിന്നും വരുമെന്നു കരുതാത്ത ഈ കടുപ്പമേറിയ വാക്കുകളുടെ ചൂടിൽ അങ്ങേരുടെ മുഖത്തു വിയർപ്പുകണികകൾ മിനുങ്ങിത്തുടങ്ങുന്നു. എങ്കിലും പെരുമാറ്റത്തിൽ അടവ്.

"താൻ പെട്ടെന്നു പോയാൽ അതിനുശേഷം സർവീസ്കമ്മീഷൻ ഒരാളെ ഇവിടെ നിയമിക്കുന്നതിനു കുറേദിവസംപിടിക്കും. അതുവരെ ഇവിടെ വർക്ക് സഫർചെയ്യും. അല്ലാതെ താൻ ഇല്ലെങ്കിൽ സർക്കാരുമില്ല എന്നല്ല അർഥം."

"സാർ...എന്തൊക്കെ, ഏതൊക്കെ ആയാലും ഈമാതിരി ജോലിയിൽ ഞാൻ ഇനിയും തുടർന്നാലുണ്ടല്ലോ എന്റെ നെഞ്ച് പൊട്ടിപ്പോവും. പിന്നെ സാറിന്റെ ഇഷ്ടംപോലെ."

അങ്ങേർ ആടിപ്പോയോ? എന്നെത്തന്നെ കുറേനേരം നോക്കുന്നു. ഞാൻ തിരിച്ചങ്ങോട്ടും. തന്റെ കൃത്രിമങ്ങൾക്ക് എന്നെ ഉപയോഗിക്കുന്നു എന്ന സത്യത്തെ പറയാതെ പറയുന്നവിധം ഞാൻ നോക്കുമ്പോൾ, അതു മനസ്സിലാക്കാതിരിക്കത്തക്കവിധം വിഡ്ഢിയല്ല അങ്ങേർ എന്നത് എനിക്ക് അറിഞ്ഞുകൂടാത്തതല്ല.

മണി 3:00

ടക്.

എന്റെ മേശപ്പുറത്തു ചായകൊണ്ടുവച്ചിട്ടു പോകയാണ് കാന്റീൻപയ്യൻ.

ചായ കുടിച്ചുകൊണ്ടിരിക്കേ ശർമയും സുകുമാരക്കുറുപ്പും അടുത്തുവരുന്നു.

"രവീന്ദ്രാ എന്താ ഇതൊക്കെ?" കുറുപ്പ് ചോദിക്കുന്നു.

"ഊം...എന്ത്?"

"ഇന്നുച്ചകഴിഞ്ഞിട്ട് നിനക്ക് ആകെയൊരു മാറ്റമാണല്ലോ. ശരീരത്തിനെന്തെങ്കിലും?"

"ഉടലിനും തലയ്ക്കും ഒക്കെ സുഖംതന്നെ."

'ട്രിംഗ്...ട്രിംഗ്...ട്രിംഗ്...' ഫോൺ അലറുന്നു.

"യേസ് സാർ."

"ആ പേയ്മെന്റ്ലെറ്റർ എന്തായി?"

"ഞാൻ പറഞ്ഞല്ലോ."

"എന്തോന്നെന്ന്?"

"ഇല്ലാത്ത കാര്യം സാർ പറയുമ്പോലെ ഉണ്ടാക്കിയെഴുതാൻ പറ്റില്ല,"

"കഴിയില്ലേ?"

"കഴിയില്ല."

ടക്.

എന്റെ ചെലവിക്കല്ലിനടിക്കുന്നതുപോലെ അവിടെ ഫോൺവയ്ക്കുന്ന ശബ്ദം.

ഞാൻ ഫോൺവച്ചിട്ട് തല ഉയർത്തി നോക്കുന്നു, ശർമയുടെയും കുറുപ്പിന്റെയും മുഖങ്ങളിൽ ഒരു ഭയം. ഞാൻ പുഞ്ചിരിക്കുന്നു. അതുകൂടെ കണ്ടപ്പോൾ അവർ മുഖത്തോടുമുഖം നോക്കി എന്തോ ഉറപ്പുവരുത്തിയിട്ട് എന്നിൽനിന്നും അകന്നുപോവുന്നു.

വീണ്ടും ടെലിഫോൺ.

"യേസ് സാർ."

"ആ ജെ ആൻഡ് ജെ കമ്പനിക്കുള്ള ഡീറ്റയിൽഡ് ഓർഡർ എന്തായി?"

"എഴുതിക്കഴിഞ്ഞു."

"കൊണ്ടുവരൂ."

"കൊടുത്തയക്കാൻ ഇവിടെ പ്യൂൺ ഇല്ല."

"വാട്ട്?"

"യെസ് സാർ. കത്തിനുമറുപടി എഴുതിയാൽ മാത്രം പോരാ, അതു ടൈപ്പിംഗിനും ഡെസ്പാച്ചിനും കൈയോടെ കൊണ്ടുപോയി തപാൽപ്പെട്ടിയിൽ ഇടുന്നതുവരെ ഉള്ളതൊക്കെ എന്റെ ജോലിയല്ല."

"അതിന്?"

"ഒരു ഷോർട്ട് സർക്യൂട്ടും എന്നെക്കൊണ്ടു പറ്റൂല്ല. ഞാൻ എഴുതുന്നതു ഹെഡ്ക്ലാർക്കിനു സബ്മിറ്റുചെയ്യും. അവിടന്ന് ജൂനിയർ സൂപ്രണ്ട്, സീനിയർ സൂപ്രണ്ട്, സാറിന്റെ പി. എ. ഇങ്ങനെ പ്രോപ്പർചാനൽവഴി അങ്ങോട്ടുവരട്ടെ. അതാണല്ലോ സർവീസ് റൂൾസ്!"

"എന്തോന്നാണാവോ ഇതൊക്കെ? താൻ എനിക്കു റൂൾസ് പഠിപ്പിച്ചുതരികയാണോ?"

"ഇല്ല സാർ, സാറിന്റെ അധർമത്തിൽനിന്നും രക്ഷപ്പെടാനുള്ള എന്റെ കടശ്ശിക്കുപ്പായംമാത്രം. അതായതു വർക്ക് ടു റൂൾ!"

നാളെയും ഇവിടെത്തന്നെ ജോലിക്കുവരണമെന്ന ഉദ്ദേശത്തോടു തന്നെയാണോ താൻ ഇങ്ങനെയൊക്കെ കാണിക്കുന്നത്?"

"നാളത്തെ കാര്യം നാളെ. ഇപ്പൊ ഞാൻ അതിനെക്കുറിച്ചെന്തിനു വിഷമിക്കണം?"

അൽപ്പനേരം മൗനം.

"ഇതിന്റെ ഭവിഷ്യത്തെന്താണെന്നു തനിക്കു നല്ലവണ്ണം അറിയാമല്ലോ?"

"ഒരു ഉത്കണ്ഠയും എനിക്കില്ല സാർ."

'താൻ ഡിസ്മിസ് ചെയ്യപ്പെടും."

"തലയ്ക്കുമുകളില് വെള്ളംവന്നാൽ അതു പിന്നെ ചാൺ അളവിലായാലെന്ത്, മുഴം അളവിലായാലെന്ത്?"

"സർക്കാരിനോടു താൻ സമാധാനം പറഞ്ഞേ പറ്റൂ."

"സർക്കാരിനോട് ഞാൻ കൊടുക്കാൻപോവുന്ന സമാധാനം മുഴുവൻ സത്യമാവുമ്പോൾ അതു സാറിനും അത്ര നല്ലതല്ലല്ലോ എന്നുള്ള വിഷമമാണ് ഇപ്പോഴെനിക്ക്!"

ടക് എന്ന് ഫോൺ വെക്കപ്പെടുന്നു.

ചന്ദ്രശേഖറിനുവേണ്ടിയുള്ള ഇടപാടൊക്കെ കഴിഞ്ഞ് ബാങ്കിൽനിന്നും ചാത്തൻവരുന്നു, വിയർത്തു കുളിച്ചുകൊണ്ട്.

ജെ ആൻഡ് ജെ കമ്പനിക്കുകൊടുക്കുന്ന ഡീറ്റയിൽഡ് ഓർഡറിൽ അന്നത്തെ ഡേറ്റ് വച്ചു ഇനിഷ്യൽ ചെയ്ത് ഹെഡ്ക്ലാർക്കിന്റെ കൈയിൽ കൊടുക്കാൻ പറഞ്ഞുചാത്തനെ ഏൽപ്പിക്കുന്നു. പതിവില്ലാത്ത പ്രവൃത്തി കണ്ടിട്ട് ചാത്തൻ ആശ്ചര്യപ്പെട്ടുപോവുന്നു.

ഊം....എല്ലാവരുടെ കണ്ണുകളിലും ആ ഓർഡർ നല്ലവണ്ണം പതിയട്ടെ!

മണി 4:00

വിൽപ്പനനികുതി ഇനത്തിൽ തങ്ങൾക്കു ഇനിയും അമ്പതിനായിരം രൂപ കിട്ടാനുണ്ടെന്ന 'എക്സലന്റ് എന്റർപ്രനേഴ്സ്' എഴുതിയിരുന്ന കത്തെടുക്കുന്നു. അവർക്കു ഓർഡർ കൊടുത്തതു വിൽപ്പനനികുതി അടക്കമാണ്. അതുകൊണ്ടു വിൽപ്പനനികുതി എന്ന് അവർ ഇപ്പോൾ ആവശ്യപ്പെട്ടിരിക്കുന്ന തുക അനുവദിക്കത്തക്കതല്ല എന്നു ഡ്രാഫ്റ്റ് എഴുതി അവസാനിപ്പിക്കുമ്പോൾ ശങ്കരൻ വരുന്നു.

"സാർ ആപ്പീസറു വിളിയ്ക്കണു."

പോകണോ? പോകാതിരുന്നാൽ എന്തുനേട്ടം? അങ്ങേരെ നേരിടാൻ എനിക്കു ധൈര്യമില്ല എന്നു ഞാൻതന്നെ സമ്മതിക്കുന്നതുപോലെയാവില്ലേ? ഏതിനും പോയി നോക്കിക്കളയാം. മൂക്കുംനുള്ളിക്കളഞ്ഞങ്ങു വിഴുങ്ങാൻ പോണില്ലല്ലോ!

അകത്തുകേറുമ്പോൾ, അങ്ങേർക്കെതിരേ ജെ ആൻഡ് ജെ കമ്പനി എക്സിക്യൂട്ടീവ് ഷാഹുൽ ഹമീദ് ഉത്സാഹത്തോടെ ഇരുന്നുപുകവലിക്കുന്നതുകാണാം. മാക്രോപോളോയുടെ ഗന്ധം...

അയാളുടെ നോട്ടത്തിലെ പുതുമ എനിക്ക് ഗ്രഹിക്കാൻ കഴിയുന്നു. എന്റെ എതിർപ്പ്, ഒരുപക്ഷെ, അയാളും അറിഞ്ഞിരിക്കാം.

ചന്ദ്രശേഖറിന്റെ മുഖം നോക്കാൻ കഴിയുന്നില്ല. കോപത്താലും അപമാനത്താലും അതു വിങ്ങി വികൃതമായിരിക്കുന്നു. കണ്ണുകൾ കോവപ്പഴംപോലെ ചുവന്നു ജ്വലിക്കുന്നു.

"ജെ ആൻഡ് ജെ കമ്പനിയുടെ ഇപ്പോഴത്തെ ഓർഡർ ഫയൽ എടുത്തുകൊണ്ടുവരൂ."

ആ ഉത്തരവിലെ കടുപ്പവും എരിവും എന്നിൽവന്നു പതിക്കുന്നു.

ഞാൻ മറുപടി പറയുന്നില്ല.

"എന്താ, തന്നോടല്ലേ പറഞ്ഞത്? പോ, പോയി ഉടനെ എടുത്തുകൊണ്ടുവാ."

അപ്പപ്പാ! ആ ഉത്തരവുതന്നെ എത്ര ഗംഭീരം! രാജാക്കൻമാരും നാടുവാഴിത്തവും എല്ലാം പുനരാവിർഭവിച്ചു നിലപാടുകൊള്ളുന്നതുപോലെയാവുന്നു! വാക്കുകൾ എന്റെ ചുണ്ടുകളിലേക്കെത്തുന്നു.

വേണ്ട.

ഞാനും ഇങ്ങേരെപ്പോലെയായാൽ പിന്നെ ഞങ്ങൾ തമ്മിൽ എന്തു വ്യത്യാസം?

ഞാനെന്തിനു അത്രയ്ക്കു തരംതാഴണം?

മൗനമായി പുറത്തേക്കുപോവുന്നു. അപ്പോഴും എന്നെത്തന്നെ ഉറ്റുനോക്കിക്കൊണ്ടിരിക്കുന്ന ഹമീദിന്റെ കണ്ണുകളിലെ ക്രൂരതനിറഞ്ഞ അധമത്വം എന്നിൽ തുളച്ചുകയറുന്നു.

സീറ്റിൽ വന്നിരിക്കുന്നു. മനസ്സിൽ അസ്വസ്ഥത. ഇന്നുച്ചയ്ക്ക് ഒരു മണിവരെ ഇവിടെ ഇത് ഒരു സാധാരണസംഭവമാണ്. എന്നാൽ എത്ര ഹീനമാണ്! ഒരു പ്രൈവറ്റുകമ്പനിയുടെ മുതലാളിയെ പിടിച്ച് തന്റെയരുകിലിരുത്തിക്കൊണ്ട്, അയാളുമായി ബന്ധപ്പെട്ട, വളരെ രഹസ്യമായ ഫയലുകളെ എല്ലാം 'കൊണ്ടുവാ, കൊണ്ടുവാ' എന്ന് ഇങ്ങേർ അഹങ്കാരത്തോടെ കൽപ്പിക്കേ, ഒരു സർക്കാർജീവനക്കാരനായ ഞാൻ അതൊക്കെ ഒരു മാടിനെപ്പോലെ ചുമന്ന് ഒരു ദിവസം ആയിരം തവണയെങ്കിലും അങ്ങേരുടെ അടുത്തു കൊണ്ടോടണം. 'പന്ത് എടുത്ത് കൊണ്ടുവാ' എന്നുപറഞ്ഞ് സ്വന്തം നായയെ തുരത്തി പന്തെടുപ്പിച്ചുകൊണ്ടുവന്ന് തന്റെ പൊങ്ങച്ചംകാട്ടി ഊറ്റംകൊള്ളുന്ന അൽപ്പനായ ഒരു യജമാനന്റെ സ്ഥാനത്താണ് ഇങ്ങേർ.

കുറഞ്ഞപക്ഷം ഹമീദിനെ പറഞ്ഞയച്ചശേഷം മാത്രം ഫയലുകളെ കൊണ്ടുവരാൻ ഉത്തരവിടാനുള്ള സാധാരണ മര്യാദപോലും ഈ പാപിക്ക് ഇല്ലാതെപോയല്ലോ! അടക്കിഭരിക്കുന്ന അഹങ്കാരം നാലുപേരറിഞ്ഞില്ലെങ്കിൽ പിന്നെ എന്തുസുഖം?

ആവശ്യപ്പെട്ട ഫയലുകൾ ചാത്തന്റെ പക്കൽ കൊടുത്തയക്കുന്നു. എന്നിട്ട്, ഫോൺവഴിയുള്ള പോരാട്ടത്തിനു തയ്യാറെടുക്കുന്നു.

ട്രിംഗ്...ട്രിംഗ്...

"രവീന്ദ്രൻ സ്പീക്കിംഗ്..."

"ഫയൽ തന്നോടല്ലേ എടുത്തുകൊണ്ടുവരാൻ പറഞ്ഞത്? എന്താണു പ്യൂണിന്റെ പക്കൽ കടുത്തയച്ചത്?"

"ഒരു കമ്പനിസംബന്ധമായുള്ള രഹസ്യടെണ്ടർ ഫയൽ, ആ കമ്പനിയുടെ എക്സിക്യൂട്ടീവിനെ അടുത്തുവച്ചുകൊണ്ട് എന്നോടുകൊണ്ടുവരാൻ പറഞ്ഞതു ശരിയായ കാര്യമാണെന്നു സാറിനു തോന്നുന്നുണ്ടോ?"

"അതിനെപ്പറ്റിയൊന്നും താൻ വിഷമിക്കണ്ട...പറഞ്ഞതങ്ങോട്ടുചെയ്താൽമതി, അതിനല്ലേ തനിക്കു ശമ്പളംതരുന്നത്?"

"നിങ്ങൾ തരുന്നില്ലല്ലോ?"

"എന്ത്?" പല്ലിറുമ്മൽ ഫോണിലൂടെയെത്തുന്നു.

"സാറെ, നിങ്ങൾ ഈ ദേഷ്യപ്പെടുന്നതുകൊണ്ട് ഒരു പ്രയോജനവും ഇല്ല. എനിക്കു നിങ്ങളോ നിങ്ങൾക്കു ഞാനോ ശമ്പളം തരുന്നില്ല. പ്യൂൺ ചാത്തനോ എനിക്കോ, എന്നല്ല ഈ ഓഫീസിലെ ഏതൊരു സിൽബന്ധിക്കുമോ നിങ്ങളുടെ സ്വന്തം ജോലിക്കായിട്ടു ശമ്പളം തരുന്നില്ല എന്നത് നിങ്ങൾക്കും അറിയാമല്ലോ. അങ്ങനെയിരിക്കേ സാർ എന്നെ അടക്കിഭരിക്കാൻ ഞാൻ സാറിന്റെ കൂലിക്കാരനും, സാർ എന്റെ മുതലാളിയും അല്ല. നമ്മുടെ മുതലാളി സർക്കാർ ആണ്. അതാണ് നമുക്ക് ശമ്പളം തരുന്നത്. സാർ എന്റെ മേലധികാരിയാണ് എന്ന സൗകര്യം ഉപയോഗിച്ച് ഇതുവരെ സാറിന്റെ പാപകർമങ്ങൾക്കൊക്കെ എന്നെ ഉപയോഗിച്ചതുപോലെ ഇനി എന്നെ കിട്ടുകയില്ല. എന്റെ മനഃസാക്ഷിയെ ഞാൻ ആർക്കും വിറ്റിട്ടില്ല. ഇതുവരെ ഞാൻ സാറിന്റെ പാപത്തിനൊക്കെ കൂട്ടു നിന്നല്ലോ. അതിനൊക്കെ ഞാൻ ഇനി പരിഹാരം ചെയ്തേപറ്റൂ. സാറിനിയെന്തുചെയ്താലും ശരി, നേരും നെറിയുംവിട്ട് കടുകിടെ ഞാനിനി നീങ്ങുകയില്ല എന്ന് ഉറച്ചുകഴിഞ്ഞു. ഏതു ശക്തി വന്നാലും ഇനി എന്നെ അതിൽനിന്നും മാറ്റാനും പറ്റുകയില്ല സാർ."

ടക്...

എന്റെ മുഖത്തടിക്കുന്നപോലെ കരുതിക്കൊണ്ടാണോ എന്തോ ഫോൺവയ്ക്കുന്ന ശബ്ദം മുഴങ്ങുന്നു.

മണി 5:15

രാത്രി എട്ടുമണിക്കുമുമ്പ് ഞാൻ ഓഫീസ് പടിവിട്ട് ഇറങ്ങുന്നതു കണ്ടിട്ടില്ലാത്ത ജീവനക്കാർ, ഇന്ന് അഞ്ചേകാലിനുതന്നെ പുറത്തിറങ്ങുന്ന എന്നെ കണ്ടിട്ട് അമ്പരന്നുനോക്കുന്നു.

എന്റെ ശിരസ്സ് നിവർന്നിരിക്കുന്നു.

മനസ്സിലെ ഭാരം ഒഴിഞ്ഞിരിക്കുന്നു.

www.ingramcontent.com/pod-product-compliance
Lightning Source LLC
LaVergne TN
LVHW090426051026
849518LV00006B/2456